सावित्रीबाई फुले पुणे विद्यापीठाच्या ऑगस्ट २०२३ पासून सुरू झालेल्या एम. ए. राज्यशास्त्र (पाश्चिमात्त्य राजकीय विचार) (POL-501 MM) या विषयाच्या अभ्यासक्रमासाठी व इतर विद्यापीठांच्या संबंधित अभ्यासक्रमासाठी उपयुक्त पुस्तक

राज्यशास्त्र

(पाश्चिमात्त्य राजकीय विचार)

(POL-501 MM)

M. A. - I (Sem. - I)

As per New Education Policy (2020)

Dr. Vilas Avari

(M.A., M. Phil., Ph.D.)

K. J. Somaiya Arts, Commerce and Science College, Kopargaon, Ahmednagar.

Dr. Ganesh Sukdev Rode

(M.A., B.Ed., SET., NET., Ph.D.)

K. T. H.M. College, Nashik.

२०२३

SUCCESS PUBLICATIONS

प्रकाशक :
डॉ. राजेश पाटणे
सक्सेस पब्लिकेशन्स
राधाकृष्ण अपार्टमेंट, ५३५ शनिवार पेठ,
आप्पा बळवंत चौक, प्रभात टॉकिज समोर, पुणे ४११ ०३०
फोन नं : ०२०-२४४३४६६२
मोबा. - ९३२५३१५४६४

आवृत्ती
२०२३

संपादक
श्री. वाल्मिक गायकवाड

अक्षरजुळणी :
कु. वर्षा लोखंडे

मुखपृष्ठ :
कु. वर्षा लोखंडे

ISBN NO. **- 978-81-19180-86-8**

प्रस्तावना

सावित्रीबाई फुले पुणे विद्यापीठाच्या एम.ए. या शैक्षणिक वर्षासाठीच्या अभ्यासक्रमात या वर्षापासून सुधारणा करण्यात आली आहे. नवीन शैक्षणिक धोरण २020 ची अंमलबजावणी करण्यात आली आहे. राज्यशास्त्र (पाश्चिमात्त्य राजकीय विचार) (POL-501 MM) या पेपरच्या अभ्यासक्रमात करण्यात आलेल्या सुधारणांची ऑगस्ट २०२३ पासून अंमलबजावणी होत आहे. या सुधारित अभ्यासक्रमासाठी उपयुक्त असलेले पुस्तक आपल्या हाती देताना विशेष आनंद होत आहे. प्रस्तुत पुस्तकात पाश्चिमात्त्य राजकीय विचार याबाबत महत्त्वपूर्ण विवचेन करण्यात आले आहे. त्यामुळे या पुस्तकाचे स्वागत विद्यार्थी व प्राध्यापक करतील हा विश्वास आहे.

पाश्चिमात्य राजकीय विचारवंतांनी आपल्या विचारांद्वारे राजकीय विचारांची परंपरा समृद्ध केली आहे. आपल्या विचारमंथनाद्वारे या विचारवंतांनी राज्यशास्त्रातील महत्त्वपूर्ण विषयांवर प्रकाश टाकण्याचे कार्य पार पाडले. पहिल्या प्रकरणात प्लेटोच्या विचारांपासून सुरूवात केली आहे. राजकीय विचारांची सुत्रबद्ध स्वरूपात मांडणी करण्याचा प्रयत्न प्लेटो या विचारवंताने केला. त्याने आपल्या विचारांद्वारे आदर्श राज्य आणि तत्त्वज्ञ राजा त्यासाठी आवश्यक असणाऱ्या बाबी यांचे स्पष्टीकरण दिले. त्याचबरोबर न्यायाचा सिद्धांत, शिक्षणविषयक विचार, साम्यवादविषयक विचार यांचे देखील स्पष्टीकरण दिले आहे. पाश्चिमात्य विचारपरंपरेत हॉब्ज या विचावंतांला महत्त्वाचे स्थान आहे. सामाजिक करार सिद्धांताची मांडणी त्याने केली आहे. हॉब्ज यांच्या विचारांद्वारे सार्वभौमत्वविषयक विचारांना चालना प्राप्त झाली. त्याच्या मानवी स्वभावविषयक विचार, निसर्ग अवस्थेविषयक विचार त्याचबरोबर नैसर्गिक हक्कविषयक विचार यांचे विश्लेषण दुसऱ्या प्रकरणात केले आहे. तिसऱ्या प्रकरणात मिलचे स्वातंत्र्यविषयक विचार, प्रातिनिधीक शासनविषयक विचार, उपयुक्ततावादविषयक विचार, स्त्रियांच्या स्थितीबाबतचे विचार या घटकांचा समावेश आहे. शेवटच्या प्रकरणात मार्क्सचा द्वंद्वात्मक भौतिकवाद, ऐतिहासिक भौतिकवाद याबाबत विवेचन करण्यात आले आहे. तसेच वर्ग व वर्गसंघर्ष सिद्धांत, राज्यविषयक विचार, क्रांतिविषयक विचार, अतिरिक्त मूल्य सिद्धांत, वर्गविहिन व राज्यविहिन समाज या विचारांचे स्पष्टीकरण देण्यात आले आहे. एकूणच प्लेटो, मिल, हॉब्ज व मार्क्स यांनी राजकीय विचार परंपरेस दिलेल्या योगदानाचा आढावा घेणारे हे एक उपयुक्त पुस्तक आहे.

पुस्तक लेखनासाठी अनेक संदर्भ ग्रंथांची मदत झाली. पुस्तक लेखनाच्या बाबतीत महाविद्यालयाचे प्राचार्य, व्यवस्थापन सदस्य, सहकारी प्राध्यापक व प्राध्यापकेतर कर्मचारी, अभ्यासमंडळ सदस्य, विविध ग्रंथालयाचे ग्रंथपाल, विविध महाविद्यालयातील प्राध्यापक मित्र यांचे सहकार्य व प्रोत्साहन मिळाले. संदर्भ ग्रंथांच्या लेखकांसहीत इतर सर्वांविषयी आम्ही कृतज्ञता व्यक्त करतो. तसेच पुस्तकाचे प्रकाशक डॉ. राजेश पाटणे व सौ. विद्या पाटणे आणि सक्सेस पब्लिकेशन मधील कर्मचारी वर्ग यांच्याविषयी देखील आम्ही कृतज्ञता व्यक्त करतो.

With best wishes.

By Author

Syllabus

M. A. - I (Sem. - I) Politics

Western Political Thought (ECO - 501 MM)

Unit	Contents
1.	**Plato** a. Life and Works b. Concept of Ideal State c. Theory of Justice d. Views on System of Education
2.	**Thomas Hobbes** a. a. Life and Works b. Human Nature and State of Nature c. Views on Natural Rights d. Theory of Social Contract
3.	**John Stuart Mill** a. Life and Works b. Liberty c. Representative Government d. Views on Utilitarianism
4.	**Karl Marx** a. Life and Works b. State and Class c. Historical Materialism d. Vies on Revolution

❖ अनुक्रमणिका ❖

प्रकरण १

प्लेटो

प्रस्तावना :

जन्म : इ.स. पूर्व. ४२७

मृत्यू : इ.स. पूर्व. ३४७

महत्त्वाचे ग्रंथ : रिपब्लिक, स्टेस्मन, लॉज् इत्यादी.

पाश्चात्त्य राजकीय विचारवंत म्हणून प्लेटोचा नावलौकिक आहे. प्राचीन ग्रीस नगरराज्यात प्लेटोचा जन्म झाला. त्यामुळे तत्कालीन ग्रीसमधील घडामोडींचा प्लेटोच्या विचारांवर मोठा प्रभाव पडलेला होता. तरुणपणी प्लेटो सॉक्रेटीसच्या सहवासात आला त्यामुळे सॉक्रेटीसच्या विचारांचा देखील प्लेटोवर प्रभाव पडला होता. सॉक्रेटीसच्या मृत्यूचा विपरीत प्रभाव प्लेटोवर पडला होता. त्यामुळे प्लेटोचे विचार हे या सर्व गोष्टींच्या प्रभावातून आकारास आले. प्लेटोने आपले लिखाण करताना द्वंद्वात्मक, विश्लेषणात्मक, निगमनात्मक, ऐतिहासिक अशा पद्धतींचा वापर केला. 'रिपब्लिक' हा प्लेटोचा अत्यंत महत्त्वपूर्ण ग्रंथ मानला जातो. त्याने आपल्या या ग्रंथाद्वारे राज्य व त्यासाठीचे आवश्यक घटक यांची सविस्तरपणे मांडणी केली आहे. मानवी विकासाची सर्वोच्च अवस्था म्हणून प्लेटो राज्याचा उल्लेख करतो. प्लेटोच्या मतानुसार उत्पादक वर्ग, शासक वर्ग व सैनिक वर्ग यांचे मिळून राज्य बनते. प्लेटोने शिक्षण व न्याय या दोन घटकांना राज्याचे आधारस्तंभ मानले आहे. समाजव्यवस्थेतील तिन्ही वर्गांनी इतरांच्या कार्यात हस्तक्षेप न करता आपआपले कार्य पार पाडणे यास प्लेटो न्याय म्हणतो. प्लेटोने राज्यकारभारासाठी आदर्श शासक वर्ग निर्माण व्हावा म्हणून शिक्षण व्यवस्थेची आवश्यकता प्रतिपादन केली. वयानुसार विशिष्ट प्रकारचे शिक्षण दिले जावे यासाठी ती शिक्षण व्यवस्था राज्य नियंत्रणाखाली असावी असे प्लेटो मानतो. एकंदरित प्लेटोने एका आदर्श राज्याची मांडणी केली आहे. त्यामुळे प्लेटोचे विचार जाणून घेणे आवश्यक ठरते.

१.१ प्लेटोचे जीवन आणि कार्य :

प्लेटोच्या तत्त्वज्ञानात प्रतिबिंबित झालेले त्याचे व्यक्तिमत्त्व अनेकांगी होते. प्लेटो कवी होता; त्याबरोबरच गणितात मूर्त झालेली शुद्ध विचार करण्याची विवेकशक्ती हे अंतिम सत्य ग्रहण करण्याचे अमोघ साधन आहे, असा त्याचा ठाम विश्वास होता. त्याची वृत्ती पराकाष्ठेची धार्मिक होती, त्याच्या धार्मिक श्रद्धेला अंतिम अस्तित्वाच्या एका तत्त्वमीमांसक दर्शनाचे अधिष्ठान होते आणि या दर्शनावर आधारलेल्या नीतीचे पालन केल्यानेच व्यक्तीला आणि समाजाला स्वतःचे हित साधता येते, अशी प्लेटोची दृढ धारणा होती. ह्यामुळे, गणित, विज्ञाने, तत्त्वमीमांसा, धर्म, नीतिशास्त्र, राज्यशास्त्र इ. शास्त्रांतील समस्यांची प्लेटोने अतिशय जिव्हाळ्याने आणि कसोशीने चिकित्सा केली आहे. आपल्या तत्त्वज्ञानात प्लेटोने जे सिद्धांत आणि जी मते मांडली आहेत, ती ग्रीक नैतिक आणि सामाजिक जीवनात आणि ज्ञानाच्या क्षेत्रात या समस्यांची त्याच्या काळी जी विशिष्ट स्वरूपे होती त्यांच्या संदर्भात मांडली आहेत.

१.१.१ प्लेटोचे जीवन :

प्लेटो हा (इ.स.पू.सु. ४२८ इ.स.पू.सु. ३४८) प्रख्यात ग्रीक तत्त्ववेत्ता होता. प्लेटोचा जन्म अथेन्स किंवा ईजायना या नगरात झाला. प्लेटोचे घराणे हे अथेन्समधील एक प्रतिष्ठित व खानदानी घराणे होते.

१) सुरूवातीचा कालखंड :

प्लेटोचा पिता रिस्टॉन हा अथेन्सचा शेवटचा राजा कॉड्रस ह्याचे आपण वंशज आहोत असे मानीत असे. प्लेटोची आई पेरिक्टीऑनी हिचे घराणे सोलनशी संबंधित होते. अथेन्समधील ज्या संपन्न आणि खानदानी कुटुंबांनी पेरिक्लीझच्या राजवटीत अभिमानाने सहभाग घेतला होता त्यांच्यात प्लेटोचे कुटुंब हे एक होते. पेरिक्लीझनंतर जी लोकशाही राजवट प्रस्थापित झाली तिच्याशी या कुटुंबातील अनेकांनी विरोधी भूमिका धारण केली होती. प्लेटोने लोकशाही राजवटीला नंतर जो सैद्धांतिक विरोध केला त्याचे मूळ त्याच्या कुटुंबाच्या ह्या इतिहासात होते असे अनेकजण मानतात.

२) शिक्षण व प्राविण्य :

प्लेटोच्या लहानपणीच्या जीवनाविषयी फारशी माहिती मिळत नाही; पण लहानपणी त्याच्या बुद्धिचापल्याची आणि विनयशील वृत्तीची वाखाणणी होत असे. इतर ग्रीक मुलांप्रमाणे त्याने कसरतीचे शिक्षण तर घेतले होतेच; पण युद्धाच्या सार्वजनिक स्पर्धेत भाग घेण्याइतके पटुत्वही त्याने कमविले होते. चित्रकला व काव्य ह्यांचा त्याला नाद होता. त्याने एक शोकांतिका रचली होती; पण ती नंतर जाळून टाकली; अशा दंतकथा सांगितल्या जातात. अथेन्सच्या कायद्याप्रमाणे त्याने सैन्यात ठरीव मुदतीची सेवा केली असणार आणि त्याचा सामाजिक दर्जा पाहता ती त्याने घोडदलात केली असणार अशी शक्यता वाटते. पेलोपनीशियन युद्धाच्या शेवटच्या पाच वर्षांत युद्धात भाग घेण्याएवढे प्लेटोचे वय होते.

३) सॉक्रेटिसचा प्रभाव :

सॉक्रेटीसभोवती गोळा झालेल्या तरुणांत, क्रिटिअस आणि कार्मिडीझ हे प्लेटोचे मामा प्रमुख होते आणि त्यांच्यामुळे प्लेटो पूर्ववयातच सॉक्रेटीस याच्या सान्निध्यात आला असणार. प्लेटोचा त्याच्या तरुण वयात, ज्या दुसऱ्या तत्त्वज्ञाशी संबंध आला तो म्हणजे क्रॅटिलस. हा हेराक्लायटसचा अनुयायी होता.

सॉक्रेटीसवर झालेला खटला आणि त्याला दिलेले देहान्त शासन यांमुळे निर्माण झालेली परिस्थिती ध्यानात घेता प्लेटोने काही काळ अथेन्समध्ये न राहता प्रवासाला जावे, असा निर्णय स्वाभाविकपणे घेतला. यावेळी प्लेटोचे वय अठ्ठावीस वर्षांचे होते. प्रथम तो मेगारा येथे यूक्लायडीझ या सॉक्रेटीसच्या शिष्याबरोबर राहिला. त्यानंतर

थीओडोरस या गणितज्ञाला भेटण्यासाठी तो सायरीनी येथे गेला. नंतर त्याने इटली व मागाहून ईजिप्त या देशांत प्रवास केला, अशी कथा सांगितली जाते. इटलीमध्ये पायथॅगोरसपंथी तत्त्ववेत्त्यांना भेटण्याचा त्याचा मुख्य इरादा असावा, असे वाटते. इटलीहून प्लेटो सिसिलीला गेला. सिसिलीवर तेव्हा पहिला डायोनिशिअस हा सर्वसत्ताधीश म्हणून राज्य करीत होता. त्याचा मेहूणा डिऑन याच्याशी प्लेटोची मैत्री जडली.

४) उत्तरार्ध :

या प्रवासाहून अथेन्सला परतल्यानंतर इ.स.पू. ३८७ च्या सुमारास प्लेटोने आपली अकादमी स्थापन केली. ज्ञानाची उपासना व अध्यापन यांना वहिलेली ही यूरोपमधील पहिली संस्था म्हणजेच विद्यापीठ होय. प्लेटो आयुष्याच्या अंतापर्यंत अकादमीचा अध्यक्ष राहिला. इ.स.पू. ३६७ या वर्षी पहिल्या डायोनिशिअसचा मृत्यू झाल्यानंतर डिऑनने, सत्ताधाऱ्याला उचित असे शिक्षण दुसऱ्या डायोनिशिअसला देण्यासाठी म्हणून प्लेटोला सिराक्यूसला बोलविले; पण डायोनिशिअसचा डिऑनशी बेबनाव होऊन त्याने त्याला हद्दपार केले. प्लेटो अथेन्सला परतला. पण इ.स.पू. ३६१–३६० या वर्षी डायोनिशिअस आणि डिऑन यांच्यामध्ये समझोता घडवून आणण्यासाठी म्हणून प्लेटोने सिराक्यूसला परत भेट दिली; पण त्याला त्यात अपयश आले. इ.स.पू. ३५७ मध्ये डिऑनने उठाव करून सत्ता ताब्यात घेतली; पण इ.स.पू. ३५४ मध्ये त्याचा खून झाला. आपल्या कल्पनेनुसार प्रशिक्षण देऊन आदर्श राज्यकर्ता घडविण्याचा प्लेटोचा प्रयोग फसला. यानंतर प्लेटोने राजकीय उलाढाल्यांत भाग घेतला नाही. अथेन्स येथे प्लेटोचा मृत्यू झाला.

५) आयुष्याचे तत्त्वज्ञान :

पुढे निर्दिष्ट केलेले डायलॉग्ज म्हणजेच 'संवाद' आणि परंपरेने प्लेटोची म्हणून आलेली १३ पत्रे असे प्लेटोचे लिखाण आहे. या पत्रांतील बहुतेक पत्रे बनावट आहेत, असे संशोधकांचे मत आहे. याला अपवाद म्हणजे तिसरे, सातवे, आठवे आणि तेरावे ही पत्रे होत. ही पत्रे खरोखर प्लेटोने लिहिली आहेत की नाहीत, याविषयीही वाद आहे. यातील सातवे पत्र सर्वांत महत्त्वाचे आहे. ते जर अस्सल असेल, तर त्यात प्लेटोच्या आत्मचरित्राचा एक भाग आपल्याला प्राप्त होतो, असे म्हणता येते.

१.१.२ प्लेटोचे कार्य :

प्लेटोने लिहिलेल्या 'संवादां' च्या (Dialogues) द्वारा त्याच्या तत्त्वज्ञानाचा परिचय करून घेणे सोयीचे आहे. लायसिस, लेकीझ, युथिफ्रो, कार्मिडीझ, हिपिअस मेजर, हिपिअस मायनर, आयन, प्रोटॅगोरस, युथिडीमस आणि मेनो हे पहिल्या कालखंडातील संवाद होत. या संवादांचे नेतृत्व सॉक्रेटीसकडे आहे. प्रमुख भूमिका त्याची असते. या संवादांची अनेक उद्दिष्टे दिसून येतात. सॉक्रेटीसच्या वैचारिक आणि नैतिक व्यक्तिमत्त्वाचे दर्शन घडविणे, हे त्यांचे एक उद्दिष्ट आहे. याखेरीज प्लेटोने रिपब्लिक, स्टेस्मन, लॉज् इत्यादी. महत्वपूर्ण ग्रंथांची रचना केली आहे.

पाश्चात्त्य राजकीय विचारवंतांमध्ये प्लेटोचे स्थान आरंभिक आहे. त्याने प्राचीन ग्रीक तत्त्ववेत्ता म्हणून आपल्या विचारांची मांडणी केली. त्याचे अनेक विचार हे राजकीय विचारांच्या परंपरेत नावीन्यपूर्ण व वेगळे मानले जातात. या दृष्टीने त्याच्या विचारांना महत्त्व आहे. मात्र त्याचे विचार हे कल्पनेवर आधारित असल्यामुळे त्यात वास्तवाचा अभाव दिसून येतो. त्यामुळे त्याच्या विचारांवर काही टीकाही झालेल्या दिसतात. म्हणून प्लेटोच्या राजकीय विचारांचे मूल्यमापन करणे योग्य ठरेल. प्लेटोच्या राजकीय विचारांचे मूल्यमापन करताना त्यातील गुण आणि दोष हे दोन्ही घटक विचारात घ्यावे लागतात. त्या आधारे प्लेटोच्या विचारांचे परीक्षण पुढीलप्रमाणे करता येईल :

अ) प्लेटोच्या विचारांचे गुण किंवा महत्त्व :

राजकीय विचारांच्या परंपरेत प्लेटोच्या विचारांना महत्त्वाचे स्थान आहे. पुढील मुद्यांच्या आधारे त्याच्या विचारांचे महत्त्व स्पष्ट करता येईल.

१) राजकीय विचारांची पायाभरणी :

प्लेटोने आपल्या विचारांद्वारे राजकीय विचारांची पायाभरणी करण्याचे काम केले आहे. कारण त्याचे विचार हे प्राचीन मानले जातात. त्याने त्या काळात राज्य, शिक्षण, राज्यकर्ते याबाबत विचारांची मांडणी करून पुढील काळातील विचारवंतांना एक आधार पुरवला. प्लेटोपूर्वी राज्याबाबतच्या विचारांची मांडणी झालेली नव्हती. या दृष्टीने त्याचे विचार राजकीय विचारांची पायाभरणी होण्यासाठी उपयुक्त ठरतात.

२) नावीन्यता व वेगळेपणा :

नावीन्यता आणि वेगळेपणा हे प्लेटोच्या राजकीय विचारांचे गुण सांगता येतील. कारण आदर्श राज्याची संकल्पना, न्यायाची संकल्पना, शिक्षण पद्धती, साम्यवादाची संकल्पना याबाबतचे विचार हे राज्यशास्त्रासाठी देणगी ठरले आहेत. कारण प्लेटोपूर्वी अशा प्रकारचे विचार आढळून येत नाही. शिवाय प्लेटोनंतरच्या काळात ही अशा प्रकारे विचारांची वेगळेपणाने मांडणी झालेली नाही. यादृष्टीने त्याच्या विचारांचे महत्त्व विशद करता येईल.

३) प्रागतिक विचार :

प्लेटोचे विचार आदर्शवादी असले, तरी त्यांना प्रागतिक मानावे लागेल. कारण प्लेटोने आपल्या विचारांची मांडणी करताना स्त्री-पुरूष समानतेवर मोठ्या प्रमाणात भर दिला. स्त्री-पुरूषांना समान शिक्षण असावे, शासक वर्गात स्त्री-पुरूष दोघांचा सामावेश असावा, अशी मांडणी प्लेटोने त्या काळातच केलेली आढळते. ॲरिस्टॉटल सारख्या विचारवंताने देखील स्त्री-पुरूषांना समान मानले नाही. तसेच कित्येक विचारवंतांनी स्त्रियांना पुरूषांच्या प्रमाणे दर्जा देण्याबाबत उदासिनता दाखविली. यादृष्टीने प्लेटोचे विचार अधिक प्रागतिक ठरतात.

४) राज्यकारभाराची शिकवण :

राज्य व राज्यकारभार याविषयी प्लेटोने आपल्या विचारांद्वारे महत्त्वपूर्ण योगदान दिले आहे. शिक्षण, कला, साहित्य यावर राज्याचे नियंत्रण असावे असे प्लेटो मानतो. शिवाय राज्यकारभार करण्यासाठी कार्यक्षम व बुद्धिवंत राज्यकर्त्यांची आवश्यकता त्याने प्रतिपादन केली. शिवाय राज्यकारभाराविषयक गोष्टींची देखील स्पष्टता त्याने केली. राज्यातील भूमीचे विभाजन कसे करावे. राज्यकारभार लोकोपयोगी कसा करावा याची त्याने स्पष्टता केली. त्यामुळे त्याचे विचार महत्त्वाचे आहेत.

५) राजकीय आदर्शाची जपणूक :

प्लेटोने आपल्या विचारांद्वारे काही महत्त्वपूर्ण राजकीय आदर्श समोर मांडले आहेत. शासक वर्ग हा नैतिक असावा यावर त्याने भर दिला. त्यासाठी त्याने शिक्षणाचा पुरस्कार केला. तसेच कुटुंब व संपत्ती यामुळे राज्यकर्ते भ्रष्ट होतात, असे मानून या दोन गोष्टींपासून त्याने राज्यकर्त्यांना दूर ठेवले. आदर्श राज्यकर्ते निर्माण होण्यासाठी त्याने शिक्षण व्यवस्थेची देखील व्यवस्थितपणे मांडणी केली. तत्कालीन राज्यकर्त्यांचे भ्रष्ट आचारण प्लेटोने अनुभवले होते. त्यामुळेच त्याने आपल्या विचारांद्वारे राजकीय आदर्शाची जपणूक करण्यावर भर दिला.

ब) प्लेटोच्या विचारांचे दोष किंवा मर्यादा :

प्लेटोच्या विचारांचे ज्याप्रमाणे काही गुण आहेत, तसेच काही दोषही आहेत. पुढील मुद्यांच्या आधारे त्याचा आढावा घेता येईल.

१) वास्तवतेचा अभाव :

प्लेटोचे राजकीय विचार हे आदर्शवादी असल्यामुळे त्यांना वास्तवाचा आधार प्राप्त झालेला नाही. प्लेटोने आहे, त्या परिस्थितीचे वर्णन व विश्लेषण करण्याऐवजी एका काल्पनिक राज्याचे वर्णन केले आहे. त्याच्या सर्वच संकल्पना या वास्तविक परिस्थितीपासून दूर जाताना दिसतात. वास्तवाचा आधार नसल्यामुळे त्याचे विचार कल्पनामात्र ठरतात.

२) अव्यावहारिकता :

अव्यावहारिकता हा देखील प्लेटोच्या विचाराचा एक दोष सांगता येईल. त्याने आपल्या साम्यवादाची मांडणी करताना स्त्री–पुरूषांची तुलना पशुशी केली आहे. कुटुंब व संपत्ती या मानवी जीवनाच्या प्रेरणा असतात. प्लेटोने या गोष्टी शासक वर्गात नाकारून त्यांच्या जीवनास अव्यवहार्य बनविले. तसेच शासक वर्गासाठी प्लेटोने जी दीर्घकालीन शिक्षण व्यवस्था सुचविली आहे, ती देखील अव्यवहार्य वाटते.

३) अप्रासंगिकता :

आधुनिक काळातील राज्याचे स्वरूप विचारात घेतल्यास प्लेटोचे विचार अप्रासंगिक ठरतात. प्लेटोने सांगितलेले आदर्श राज्य आज कोठेही अस्तित्वात येऊ शकत नाही. न्यायाची संकल्पना देखील नैतिकतेवर आधारित नसून कायद्यावर आधारित आहे. प्लेटोचा साम्यवाद देखील आजच्या काळात अप्रासंगिक ठरतो. त्यामुळे त्याच्या विचारांत व्यावहारिक उपयुक्तता आढळून येत नाही.

४) विरोधाभास :

प्लेटोच्या राजकीय विचारांमध्ये विरोधाभास आढळून येतो. रिपब्लिक व लॉज या दोन ग्रंथांची तुलना केल्यानंतर त्याच्या विचारांतील विसंगती सहजपणे स्पष्ट होते. रिपब्लिकमध्ये ज्या गोष्टी त्याने निरर्थक मानल्या, त्याच गोष्टींना त्याने लॉजमध्ये अपरिहार्यपणे महत्त्वाचे मानले. म्हणजे प्लेटो आपल्या विचारांबाबत स्थिर दिसत नाही. हा देखील त्याच्या विचारांचा एक दोष सांगता येईल.

५) व्यक्तिस्वातंत्र्याकडे दुर्लक्ष :

प्लेटोच्या विचारांमध्ये व्यक्तिस्वातंत्र्याच्या तत्त्वाकडे पूर्णपणे दुर्लक्ष झालेले दिसून येते. त्याने समाजात तीन वर्गांची कल्पना मांडून एका वर्गास दुसऱ्या वर्गात जाण्याची संधी नाकारली आहे. तसेच प्लेटो केवळ शासक वर्गालाच राज्यकारभाराचा हक्क देतो. राज्यकर्त्यांवर साम्यवादाद्वारे निर्बंध टाकून त्यांच्या स्वातंत्र्याचे मोठ्या प्रमाणावर हनन करतो. प्लेटोचे एकूणच विचार समाजात असमानता टिकवून ठेवणारे व व्यक्तिस्वातंत्र्याची अवहेलना करणारे आहेत.

अशा प्रकारे प्लेटोच्या विचारांच्या अनेक मर्यादा दिसून येतात. त्याने राजकीय विचारांची मांडणी करण्यासाठी प्रयक्त केलेली पद्धती ही शास्त्रीय स्वरूपाची नव्हती. त्यामुळे त्याचे विचार वास्तवापासून दूर जाताना दिसतात. असे असले, तरीही त्या काळाचा संदर्भ विचारात घेतला असता प्लेटोचे विचार हे प्रगतिशील स्वरूपाचे होते. त्यामुळे प्लेटोच्या विचारांचे महत्त्व टाळता येणार नाही.

१.२ आदर्श राज्य :

प्लेटोने ग्रीक नगरराज्यातील शासनव्यवस्थेचा वाईट अनुभव घेतला होता. शासनकर्त्यांच्या अविवेकी शासन कारभारामुळे ज्ञानी अशा सॉक्रेटिसला मृत्युदंडाची शिक्षा झाली होती. त्यामुळे प्लेटोने या अनुभवातून एका आदर्श राज्याची निर्मिती करण्याचे ध्येय्य ठेवले होते. त्याने आपल्या 'रिपब्लिक' या ग्रंथात एका आदर्श राज्याविषयीच्या

विचारांची मांडणी केली आहे. त्याचे आदर्श राज्य हे नैतिकतेवर आधारित समाजाचा एक सर्वोच्च आविष्कार मानले जाते. त्यामुळे प्लेटोच्या आदर्श राज्याची वैशिष्ट्ये जाणून घेणे आवश्यक आहे.

अ) आदर्श राज्याची वैशिष्ट्ये

रिपब्लिकमध्ये वर्णन केलेल्या प्लेटोप्रणित आदर्श राज्याची वैशिष्ट्ये पुढीलप्रमाणे स्पष्ट करता येतील :

१) व्यक्ती व राज्यातील सौदार्यपूर्ण संबंध :

प्लेटोचे आदर्श राज्य हे व्यक्ती आणि राज्य यातील सौदार्यपूर्ण संबंधावर आधारित आहे. प्लेटोच्या मतानुसार राज्य हे व्यक्तीच्या विराट स्वरुपाची अभिव्यक्ती आहे. राज्य हे वृक्ष, पर्वत यांना मिळून निर्माण होत नाही तर ते तेथील व्यक्तींच्या चारित्र्यातून आकारास येते. त्यामुळे व्यक्तींची वैशिष्ट्येच राज्याच्या वैशिष्ट्यात परिवर्तीत होतात. प्लेटोच्या मते, चांगल्या जीवनाची प्राप्ती हे व्यक्तीच्या जीवनाचे प्रमुख वैशिष्ट्य आहे आणि व्यक्तीचे हे उद्दिष्ट राज्यातच पूर्ण होऊ शकते. त्यामुळे राज्य आणि व्यक्तीतील परस्परसंबंध हे सौदापूर्ण असतात. हे प्लेटोच्या आदर्श राज्याचे एक वैशिष्ट्य सांगता येईल.

२) विकासवादी राज्य :

प्लेटोचे आदर्श राज्य हे विकासाचा परिणाम आहे. मानवाच्या आवश्यकता पूर्ण करण्यासाठी राज्याचा विकास झाला आहे. विकासाच्या प्रारंभिक अवस्थेत उत्पादक वर्गाचे कार्य राज्याच्या निर्मितीस पूरक ठरते. पुढील अवस्थेत राज्याचे संरक्षण करण्यासाठी सैनिक वर्गाची निर्मिती होते. शासन कारभार चालविणाऱ्या शासक वर्गाच्या निर्मितीमुळे व कार्यामुळे राज्यास परिपूर्ण स्वरुप प्राप्त होते. म्हणजेच राजाचा विकास हा मानवाच्या आवश्यकतांची पूर्तता करण्यासाठी क्रमाने घडून आला आहे. म्हणून प्लेटोचे आदर्श राज्य विकासाचा परिणाम आहे.

३) वर्गीय आधार :

प्लेटोच्या आदर्श राज्यास वर्गीय आधार प्राप्त झालेला दिसून येतो. प्लेटोने आदर्श राज्याचे निर्माणक तीन वर्ग मानले आहेत. वासना या गुणाचे प्रतिनिधित्व करणारा उत्पादक वर्ग हा राज्यातील कष्टाची व उत्पादनाची कामे करतो. राज्याचे संरक्षण करण्याची जबाबदारी ही सैनिक वर्गावर असते. तो साहस या गुणाचे प्रतिनिधित्व करतो. प्लेटोने तिसरा वर्ग शासकांचा सांगितला आहे की जो विवेक या गुणाने परिपूर्ण असतो. या तिन्ही वर्गांना त्यांचे कार्य वाटून दिलेले असते व ते आपल्या कार्याचे योग्य प्रकारे संचलन करुन राज्यास आधार पुरवितात.

४) तत्त्वज्ञ शासनकर्ता :

तत्त्वज्ञ शासनकर्ता हे प्लेटोच्या आदर्श राज्याचे वैशिष्ट्य सांगता येईल. त्यास तो तत्त्वज्ञ राजा असे म्हणतो. आदर्श राज्यासाठी तत्त्वज्ञ राज्यकर्ता आवश्यक आहे असा प्लेटोचा आग्रह होता. कारण आदर्श राज्याचे भवितव्य तत्त्वज्ञ राज्यावरच अवलंबून असते. प्लेटोच्या मते, असा राजा बुद्धिवान, निःस्वार्थी, न्यायी, बाह्य आकर्षणांपासून मुक्त, साहसी, आत्मसंयमी, विवेकी व नेतृत्वकुशल असला पाहिजे. त्याला राज्यकारभाराचे सर्व ज्ञान प्राप्त झालेले असावे. राजावर कायद्याचे बंधन नसते तर तो आपल्या विवेकाद्वारे सर्व राज्यकारभार चालवितो.

५) न्याय :

प्लेटोच्या आदर्श राज्याचा आधार न्याय आहे. किंबहुना न्यायाच्या प्रस्थापनेसाठीच प्लेटोने आदर्श राज्य निर्मितीचा खटाटोप चालविला होता. प्लेटोचा न्याय हा कायद्यावर आधारित नसून नैतिकतेच्या बंधनावर आधारलेला आहे. प्लेटोने तत्कालीन प्रचलित असे न्यायसिद्धांत खोडून काढत आपला न्यायविषयक सिद्धांत मांडला आहे.

प्लेटोच्या मते, आदर्श राज्यातील जे तीन वर्ग आहेत, त्यांनी परस्परांच्या कार्यात हस्तक्षेप न करता आपले कार्य पार पाडणे म्हणजे न्याय होय. म्हणजेच प्लेटोची न्यायविषयक धारणा कायद्यावर आधारित नसून नैतिकतेवर आधारलेली आहे.

६) शिक्षण :

न्यायाच्या प्रस्थापनेसाठी व तत्त्वज्ञ शासकांच्या निर्मितीसाठी प्लेटोने शिक्षणास महत्त्वाचे मानले आहे. त्यामुळे शिक्षण व्यवस्था हे प्लेटोच्या आदर्श राज्याचे एक वैशिष्ट्य आहे. प्लेटोने शिक्षण व्यवस्थेचे प्राथमिक शिक्षण व उच्च शिक्षण अशा दोन प्रकारात वर्गीकरण केले आहे. प्लेटोची ही शिक्षण व्यवस्था व्यक्तीचे वय आणि वर्ग यावर आधारित आहे. प्लेटो शिक्षणावर राज्याचे नियंत्रण असावे असे मानतो. तसेच स्त्री व पुरुषांसाठी प्लेटोने समान शिक्षणाचा पुरस्कार केला आहे. उच्च शिक्षण हे प्लेटोने केवळ शासक वर्गासाठीच ठेवले आहे. तसेच तो आदर्श शासक होण्यासाठी आयुष्यभर शिक्षण घेण्याचा पुरस्कार करतो.

७) साम्यवाद :

साम्यवाद हे प्लेटोच्या आदर्श राज्याचे एक महत्त्वपूर्ण वैशिष्ट्य आहे. प्लेटोने आदर्श राज्याचा आधार स्तंभ म्हणून साम्यवादाचा उल्लेख केला आहे. प्लेटोचा साम्यवाद हा आदर्श स्वरुपाचा नसून नैतिक स्वरुपाचा आहे. साम्यवादाद्वारे प्लेटोने शासक वर्गास संपत्ती व कुटुंबाचा अधिकार नाकारला आहे. प्लेटोचा साम्यवाद हा केवळ शासक वर्गापुरताच मर्यादित आहे. कारण प्लेटो संपत्ती व कुटुंब यापासून आदर्श शासकास दूर ठेवू इच्छितो. या दोन गोष्टींमुळे व्यक्तीत स्वार्थ वाढीस लागतो. शासकांनी योग्य प्रकारे आपले कार्य पार पाडावे यासाठी प्लेटोला साम्यवादाची आवश्यकता वाटते.

८) स्त्री-पुरुष समानता :

प्लेटोचे आदर्श राज्य हे स्त्री-पुरुष समानतेवर आधारित आहे. प्लेटोने स्त्रियांची देखील पुरुषांप्रमाणे भूमिका स्पष्ट केली आहे. प्लेटोने स्त्री-पुरुषांसाठी समान शिक्षणाचा पुरस्कार केला आहे. तसेच प्लेटोने ज्या तत्त्वज्ञ राजाची संकल्पना मांडली आहे, त्या पदावर जाऊन पोहोचण्याचा अधिकार त्याने स्त्री-पुरुष या दोघांनाही दिला आहे. त्यासाठी विवाहसंस्था नष्ट करुन स्त्रियांची कौटुंबिक जबाबदारीतून त्याने मुक्तता केली. त्यामुळे स्त्री-पुरुष समानता हे प्लेटोच्या आदर्श राज्याचे वैशिष्ट्य सांगता येईल.

९) कायद्यांचा अभाव :

प्लेटोच्या आदर्श राज्याचे वैशिष्ट्य म्हणजे तेथे असणारा कायद्यांचा अभाव होय. प्लेटोच्या आदर्श राज्यात राज्यकारभारासाठी कायद्यांची निर्मिती करण्यात आली नाही तर तत्त्वज्ञ राजा आपल्या विवेकाद्वारे शासन कारभार चालवितो. तसेच नागरिकांना शिस्त लावण्यासाठी किंवा त्यांचे नियंत्रण करण्यासाठी प्लेटोला कायद्यांची आवश्यकता वाटत नाही. तर तेथील लोक नैतिकतेच्या बंधनाद्वारे स्वतःचे आचरण करतील.

अशाप्रकारे प्लेटोची आदर्श राज्याची संकल्पना ही वैशिष्ट्यपूर्ण स्वरुपाची आहे. त्याच्या सर्व राजकीय विचारांच्या मध्यवर्ती स्थानी त्याचे आदर्श राज्य आहे. आपल्या आदर्श राज्याची निर्मिती करण्याच्या दृष्टीनेच प्लेटोने इतर विचार मांडलेले दिसतात. त्यामुळे पाश्चात्त्य राजकीय विचारांमध्ये प्लेटोच्या आदर्श राज्याच्या संकल्पनेस महत्त्वाचे मानले जाते. मात्र या आदर्श राज्याची व्यावहारिकता दिसून येत नाही. ते पूर्णपणे कल्पनेवर आधारलेले आहे.

ब) आदर्श राज्यावरील टीका :

प्लेटोच्या आदर्श राज्यावरील काही प्रमुख टीका खालीलप्रमाणे आहेत :

१) हुकूमशाही आणि वैयक्तिक स्वातंत्र्याचा अभाव :

प्लेटोच्या आदर्श राज्यावरील सर्वात सामान्य टीका म्हणजे हुकूमशाहीची शक्यता. दार्शनिक-राजांची कठोर वर्गीय पदानुक्रम, सांप्रदायिक मालमत्ता आणि केंद्रीकृत निर्णयामुळे वैयक्तिक स्वायत्तता आणि स्वातंत्र्याबद्दल चिंता निर्माण होते. समीक्षकांचा असा युक्तिवाद आहे की आदर्श राज्याची रचना वैयक्तिक निवडी मर्यादित करते आणि वैयक्तिक सर्जनशीलता आणि विविधता दडपते.

२) व्यावहारिकतेचा अभाव :

अनेक समीक्षकांनी असे नमूद केले आहे की प्लेटोची आदर्श स्थिती ही वास्तविक-जगातील शासनाच्या व्यावहारिक स्थितीपेक्षा अधिक तात्विक रचना आहे. तत्वज्ञानी-राजांसाठी कठोर आवश्यकता आणि जातीयवादाची अंमलबजावणी अनेकदा अवास्तव मानली जाते. मोठ्या आणि वैविध्यपूर्ण लोकसंख्येवर नियंत्रण ठेवण्याची गुंतागुंत प्लेटोच्या दृष्टीकोनात पुरेशा प्रमाणात संबोधित केली जात नाही.

३) वास्तवापासून दूर :

प्रकार आणि अमूर्त संकल्पनांच्या क्षेत्रावर प्लेटोने लक्ष केंद्रित केल्याने वास्तविक जगापासून वियोग होऊ शकतो. समीक्षकांचा असा युक्तिवाद आहे की सत्य आणि तात्विक ज्ञानाच्या शोधावर त्याचा भर तात्काळ सामाजिक आणि आर्थिक गरजा पूर्ण करण्याच्या व्यावहारिकतेकडे दुर्लक्ष करतो.

४) साहित्य आणि आर्थिक बाबींकडे दुर्लक्ष :

प्लेटोचे आदर्श राज्य कल्पना, सद्गुण आणि न्यायाच्या क्षेत्रावर महत्त्वपूर्ण भर देते, बहुतेकदा भौतिक आणि आर्थिक विचारांच्या खर्चावर. समीक्षकांचा असा युक्तिवाद आहे की उत्पादन, वितरण आणि संपत्ती निर्मिती यासारख्या व्यावहारिक आर्थिक बाबींवर लक्ष दिल्याशिवाय राज्याची भरभराट होऊ शकत नाही.

५) विविधता आणि व्यक्तिमत्वाचे दडपण :

प्लेटोच्या आदर्श अवस्थेतील विशेषीकरण आणि कठोर वर्ग रचनेवर भर दिल्याने व्यक्तिमत्व आणि विविधतेचे दमन होऊ शकते. समीक्षकांचा असा युक्तिवाद आहे की ज्या समाजात व्यक्तींना त्यांच्या जन्मजात क्षमतांवर आधारित भूमिका नियुक्त केल्या जातात तो वैयक्तिक विकास आणि विविध प्रतिभांचा शोध घेण्यास प्रतिबंधित करतो.

६) तत्वज्ञानी-राजा समस्या :

तत्वज्ञानी-राजे राज्यावर राज्य करतात या कल्पनेने तत्वज्ञानी-राजा म्हणून कोण पात्र ठरेल आणि त्यांची निवड कशी केली जाईल याबद्दल चिंता निर्माण होते. ज्यांना तात्विक ज्ञान आहे ते चांगले राजकीय नेते बनवतील का आणि असे नेते सत्तेच्या मोहांचा प्रतिकार करू शकतील का असा प्रश्न टीकाकार करतात.

७) अव्यवहार्य शिक्षण प्रणाली :

प्लेटोची शिक्षणपद्धती ही बुद्धी आणि सद्गुण जोपासण्याचे उद्दिष्ट ठेवत असताना, ती अत्याधिक कायदाप्रणित आणि एसर्वांसाठी एकच माप म्हणून पाहिली जाऊ शकते. समीक्षकांचा असा युक्तिवाद आहे की व्यक्तींमध्ये विविध शिक्षण शैली आणि गरजा असतात आणि प्लेटोने प्रस्तावित केलेली कठोर शिक्षण प्रणाली कदाचित प्रत्येकाला अनुकूल नसेल.

८) लिंगभाव आणि कौटुंबिक समस्या :

पालक वर्गातील कौटुंबिक संरचना रद्द करण्याचा आणि स्त्रियांना योद्धा आणि शासक म्हणून समान वागणूक देण्याचा प्लेटोचा प्रस्ताव अवास्तव आणि मानवी नातेसंबंध व सामाजिक गतिशीलतेची गुंतागुंत लक्षात न घेतल्याबद्दल त्याच्या विचारांना टीकेचा सामना करावा लागला.

९) निरंकुशतावादाची संभाव्यता :

तत्त्वज्ञानी-राजांच्या हातात सत्ता एकाग्र केल्याने एकाधिकारशाही निर्माण होऊ शकते, जिथे सामान्य हिताच्या नावाखाली मतभेद आणि विरोध दडपला जातो. समीक्षकांचा असा युक्तिवाद आहे की सत्तासंतुलन नसल्यामुळे अत्याचाराचा मार्ग मोकळा होऊ शकतो.

१०) नैतिक समस्या :

प्लेटोचे आदर्श राज्य व्यक्तींना विहित भूमिकांमध्ये जबरदस्ती करणे, वैयक्तिक इच्छा आणि निवडीकडे दुर्लक्ष करणे आणि वैयक्तिक बाबींमध्ये राज्याच्या हस्तक्षेपामुळे होणारी हानी होण्याची शक्यता यासंबंधी नैतिक समस्या व्यक्त करते.

१.३ न्यायाचा सिद्धांत :

न्यायाचा सिद्धांत प्लेटोच्या राजकीय विचारांचा एक महत्त्वपूर्ण घटक आहे. आदर्श राज्याची जी कल्पना प्लेटोने मांडली त्याचा प्रमुख आधार न्याय आहे. प्लेटोने आपल्या 'रिपब्लिक' या ग्रंथात न्यायविषयक विचारांची सविस्तरपणे मांडणी केली आहे. म्हणून त्याच्या रिपब्लिक या ग्रंथाचे दुसरे नाव 'ऑन जस्टिस' किंवा 'कन्सर्निंग जस्टिस' असे ठेवण्यात आले आहे. तत्कालीन समाजव्यवस्थेतील परिस्थितीस अनुसरुन त्याने आपले न्यायविषयक विचार मांडले. त्यामुळे त्याच्या न्यायविषयक विचारांचा आढावा घेणे आवश्यक आहे. प्लेटोच्या न्यायविषयक विचारांचा आढावा पुढील मुद्यांच्या आधारे घेता येईल :

अ) प्रचलित न्याय सिद्धांताचे खंडन :

प्लेटोने आपल्या न्यायविषयक विचारांची मांडणी करताना प्रचलित न्याय सिद्धांताचे खंडन केले आहे. प्लेटोपूर्वी पुढील न्याय सिद्धांत प्रचलित होते :

१) न्यायाचा परंपरावादी सिद्धांत :

सिफॉलस हा न्यायाच्या परंपरावादी सिद्धांताचा पुरस्कर्ता होता. सत्य बोलणे, ईश्वराचे आणि समाजाचे ऋण फ ेडणे म्हणजे न्याय होय असे तो मानतो. मात्र प्लेटोच्या मते हा न्याय होत नाही. कारण मित्र व शत्रू यांच्याशी वेगवेगळा व्यवहार करावा लागतो.

२) न्यायाचा क्रांतिकारी सिद्धांत :

थ्रेसिफेमस हा सेफिस्ट न्यायाच्या क्रांतिकारी सिद्धांताचा प्रमुख समर्थक आहे. न्याय म्हणजे शक्तिशाली व्यक्तीची इच्छा असे तो मानतो. मात्र प्लेटोच्या मते, शक्तिशाली व्यक्तीची किंवा शासनकर्त्याची प्रत्येक इच्छा न्याय ठरु शकत नाही.

३) न्यायाचा व्यवहारवादी सिद्धांत :

ग्लॅकॉन हा न्यायाच्या व्यवहारवादी सिद्धांताचा पुरस्कर्ता मानला जातो. त्याच्या मते, न्याय ही एक स्थितिवादी कृत्रिम स्वरुपाची वस्तू आहे. कमजोर व्यक्तीच्या आवश्यकतेतून न्यायाची गरज निर्माण झाली. त्यामुळे न्याय म्हणजे कमकुवतांचे शस्त्र असे तो म्हणतो. मात्र न्याय ही एक कृत्रिम व्यवस्था आहे हा विचार प्लेटोस मान्य नाही.

ब) प्लेटोचा न्यायसिद्धांत :

न्यायाच्या प्रचलित सिद्धांताचे खंडन केल्यानंतर प्लेटोने न्यायविषयक आपला स्वतंत्र सिद्धांत मांडला आहे. प्लेटो असे सांगतो की, न्याय ही कायद्यापुरती आणि हक्कापुरती मर्यादित बाब नाही. न्याय हा आत्म्याचा गुण

आहे. न्याय ही मानवी मनाची नैसर्गिक सवय आहे. समाजाप्रती व्यक्तीच्या मनामध्ये जी सेवाभावी वृत्ती असते, तिच्यातून न्याय निर्माण होतो. प्लेटोच्या मते, समाजात उत्पादक वर्ग, सैनिक वर्ग व शासक वर्ग हे तीन महत्त्वाचे वर्ग आहेत. या तिन्ही वर्गामध्ये कार्याचे विभाजन करण्यात आले असून त्यांनी आपआपले कार्य परस्परांच्या कार्यात हस्तक्षेप न करता पार पाडणे म्हणजे न्याय, असे प्लेटो म्हणतो. त्यामुळे प्लेटोचा न्याय, सिद्धांत हा व्यक्तीच्या नैतिकतेवर आधारलेला आहे.

क) प्लेटोच्या न्यायसिद्धांताची वैशिष्ट्ये :

प्लेटोच्या न्याय सिद्धांताची वैशिष्ट्ये पुढील मुद्यांच्या आधारे स्पष्ट करता येतीलः

१) व्यक्ती गुणांना महत्त्व :

प्लेटोच्या मते, न्याय व्यक्तीच्या मूलभूत सद्गुणांचे एक अंग आहे. व्यक्तीत तीन नैसर्गिक गुण आढळून येतात. ते म्हणजे वासना, साहस व बुद्धी. या तीन गुणांना अनुसरुन समाजात अनुक्रमे उत्पादक, सैनिक व शासक असे तीन वर्ग अस्तित्वात येतात. प्लेटोचा न्याय सिद्धांत या तीन वर्गातील गुणांचे संतुलन ठेवतो.

२) नैतिक सिद्धांत :

प्लेटोची न्यायसंबंधी धारणा ही कायद्यावर आधारलेली नसून, ती नैतिकतेवर आधारलेली आहे. कारण यामध्ये व्यक्ती नैतिकतेच्या नियमांना अनुसरुन आपल्या कर्तव्यांचे पालन करत असतात.

३) न्याय–जीवनाचे एक आंतरिक तत्त्व :

प्लेटोच्या मते, न्याय हे जीवनाचे बाह्य तत्त्व नसून ते एक आंतरिक तत्त्व आहे. आत्मसंयम व त्याग हे घटक त्याचे आधार आहेत. त्यामुळे आत्म्याचा एक सर्वोच्च आविष्कार म्हणून प्लेटो न्यायाकडे बघतो.

४) कार्य विभाजनाचा आधार :

प्लेटोचा न्याय सिद्धांत हा कार्य विभाजनावर आधारित आहे. या सिद्धांतानुसार प्रत्येकाने आपआपले कार्य करण्यात त्या कार्यात त्यास प्राविण्य संपादन होत असते. याशिवाय राज्यास अकार्यक्षमतेपासून दूर ठेवले जावू शकते.

५) अहस्तक्षेपाचे तत्त्व :

प्लेटोने आपल्या न्याय सिद्धांतात अहस्तक्षेपाच्या तत्त्वाचा पुरस्कार केला आहे. प्लेटोच्या मते न्यायाचा अर्थ असा आहे की, राज्यातील विविध वर्ग हे आपले कार्य इतरांच्या कार्यात हस्तक्षेप न करताच पार पाडतील.

६) व्यक्तिवाद विरोधी :

प्लेटोचा न्याय सिद्धांत हा व्यक्तिवादाच्या विरोधी आहे. प्लेटोला वाटते की, राज्यापासून दूर किंवा अलिप्त राहून व्यक्तीचा विकास होऊ शकत नाही. त्यामुळे हा सिद्धांत ग्रीक नगरराज्यातील तरुणांच्या मनातून व्यक्तिवादाचे तत्त्व बाजूला करणारा आहे.

७) एकतेवर आधारित :

प्लेटोचा न्याय सिद्धांत हा राज्य व व्यक्ती यातील सेंद्रीय एकतेवर आधारित आहेत. यानुसार व्यक्ती राज्यासाठी आहे. राज्याच्या प्रति व्यक्तीची काही कर्तव्ये आहेत. राज्य साध्य आहे, साधन नाही. त्यामुळे हा सिद्धांत सेंद्रिय एकतेवर आधारित आहे.

८) मानसशास्त्रीय आधार :

प्लेटोचा न्याय सिद्धांत हा मानसशास्त्रीय आधारावर आधारित आहे, हे त्याचे एक वैशिष्ट्य सांगता येईल. कारण एकाच प्रकारचे कार्य करणारी व्यक्ती मानसिकदृष्ट्या त्या कार्यात मग्न होऊन जाते. अशा वेळेस ती आपले कार्ये अधिक कार्यक्षमपणे पार पाडू शकते.

९) तत्त्वज्ञ राजाची आवश्यकता :

न्यायाच्या प्राप्तीसाठी आवश्यक आहे की, राज्याचे नियंत्रण हे एका तत्त्वज्ञ राजाच्या हाती असावे. त्यामुळे तत्त्वज्ञ राजाची निर्मिती होण्यासाठी तसेच न्यायाची कार्यवाही होत राहण्यासाठी तत्त्वज्ञ राजाची आवश्यकता असते.

अशा प्रकारे प्लेटोचा न्याय सिद्धांत हा आधुनिक काळातील न्यायापेक्षा वेगळ्या स्वरुपाचा आहे. प्लेटो न्यायाच्या स्थापनेसाठी कायद्याची आवश्यकता मानत नाही. तर समाजातील प्रत्येक वर्गाच्या नैतिकतेवर न्यायाचे स्वरुप अवलंबून असते असे प्लेटोला वाटते. प्लेटोचा न्याय सिद्धांत हा व्यक्तीच्या कर्तव्यांवर भर देतो. मात्र तो व्यक्तिविकासाच्या संधीसाठी मारक ठरतो अशी टीका त्याच्या न्याय सिद्धांतावर केली जाते.

ड) सिद्धांतावरील टीका :

प्लेटोच्या न्याय सिद्धांतावरील काही प्रमुख टीका खालीलप्रमाणे आहेत :

१) एकता आणि सुसंवाद यावर जास्त भर :

समीक्षकांचा असा युक्तिवाद आहे की प्लेटोचा सिद्धांत व्यक्ती आणि राज्य या दोघांमध्ये एकता आणि सुसंवाद साधण्यावर जास्त भर देतो. या जोरामुळे व्यक्तिमत्व, मतमतांतरे आणि वैविध्यपूर्ण दृष्टीकोन यांची दडपशाही होऊ शकते, संभाव्यत: सर्जनशीलता आणि नवकल्पना रोखू शकते.

२) वैयक्तिक स्वातंत्र्याशी विसंगतता :

प्लेटोची आदर्श राज्याची दृष्टी कठोर श्रम विभागणी आणि वर्गांच्या श्रेणीबद्धतेवर अवलंबून आहे. समीक्षकांचे म्हणणे आहे की ही श्रेणीबद्ध रचना वैयक्तिक स्वातंत्र्य आणि स्वायत्तता प्रतिबंधित करू शकते. नियुक्त केलेल्या भूमिका आणि निवडीचा अभाव वैयक्तिक आत्मनिर्णयाच्या तत्त्वांशी जुळत नाही.

३) विविधतेचा विचार न करणे :

प्लेटोचा न्याय सिद्धांत सद्गुण आणि शहाणपणाचे प्रमाणित प्रारूप गृहीत धरतो. समीक्षकांचा असा युक्तिवाद आहे की हा दृष्टिकोन मानवी अनुभवांची विविधता, सांस्कृतिक पार्श्वभूमी आणि चांगल्या जीवनाच्या भिन्न संकल्पनांचा पुरेसा विचार करत नाही. सिद्धांत विविध मूल्ये आणि विश्वास असलेल्या समाजांना लागू होणार नाही.

४) अभिजातता आणि तत्वज्ञानी–राजा :

तत्वज्ञानी-राजा राज्यावर राज्य करणाऱ्या प्लेटोच्या कल्पनेमुळे बौद्धिक अभिजात वर्गाच्या हाती सत्ता एकाग्रतेबद्दल चिंता निर्माण होते. प्रभावी शासनासाठी आवश्यक असलेली व्यावहारिक कौशल्ये आणि नेतृत्वगुण तत्त्वज्ञांकडे आहेत का, असा प्रश्न टीकाकार करतात. तत्त्वज्ञानी-राजाची ही धारणा अभिजात आणि बहिष्कृत म्हणून पाहिली जाऊ शकते.

५) मानवी स्वभावाविषयी अवास्तव गृहीतके :

प्लेटोचा सिद्धांत असे गृहीत धरतो की व्यक्ती नेहमी तर्क आणि शहाणपणानुसार कार्य करतील, सत्य आणि न्यायाच्या शोधाला प्राधान्य देतील. समीक्षकांचा असा युक्तिवाद आहे की ही धारणा अवास्तव आहे, कारण मानवी वर्तन भावना, इच्छा आणि असमंजसपणाच्या आवेगांवर प्रभाव टाकते जे सामान्य चांगल्याच्या शोधाशी जुळत नाही.

६) सामग्रीविषयक बाबींकडे दुर्लक्ष :

न्याय, सद्गुण आणि शहाणपणावर प्लेटोचे लक्ष कधीकधी आर्थिक आणि भौतिक विचारांच्या व्यावहारिकतेकडे दुर्लक्ष करते. समीक्षकांचे म्हणणे आहे की न्याय्य राज्याने आपल्या नागरिकांचे कल्याण सुनिश्चित करण्यासाठी उत्पादन, संसाधनांचे वितरण आणि संपत्ती निर्मिती यासारख्या समस्यांचे निराकरण केले पाहिजे.

७) वास्तविक–जागतिक संदर्भापासून दूर :

समीक्षकांनी असे नमूद केले आहे की प्लेटोचा न्याय सिद्धांत एक अमूर्त आणि आदर्श रचना आहे जी समाजाच्या जटिल आणि विविध वास्तविकतेला लागू होऊ शकत नाही. सिद्धांताचा ऐतिहासिक, सांस्कृतिक आणि सामाजिक–आर्थिक संदर्भांशी संबंध नसल्यामुळे त्याची व्यावहारिक प्रासंगिकता मर्यादित होते.

८) राजकीय सहभागाचा अभाव :

प्लेटोचे आदर्श राज्य राजकीय सहभागाला काही निवडक, म्हणजे तत्त्वज्ञ–राजे आणि पालक वर्गासाठी मर्यादित करते. समीक्षकांचा असा युक्तिवाद आहे की हा बहिष्कृत दृष्टीकोन नागरिकांना लोकशाही प्रक्रियेत सहभागी होण्याची संधी नाकारतो आणि त्यांच्या जीवनावर परिणाम करणाऱ्या निर्णयांमध्ये त्यांचे म्हणणे नाकारतो.

९) निरंकुशतावादाची संभाव्यता :

प्लेटोने तत्त्वज्ञानी–राजांच्या सर्वोच्च अधिकारावर भर दिल्याने एकाधिकारशाहीचा एक प्रकार निर्माण होऊ शकतो, जिथे एक लहान गट अनियंत्रित शक्ती वापरतो. समीक्षकांना सत्तासंतुलनाचा अभाव आणि सत्ताधाऱ्यांना त्यांच्या अधिकाराचा दुरुपयोग करण्याची क्षमता याबद्दल चिंता वाटते.

१.४ शिक्षणविषयक विचार :

प्लेटोने आपल्या आदर्श राज्याचा आधार न्याय मानला होता. न्याय प्रस्थापित करण्यासाठी प्लेटो शिक्षणावर भर देतो. शिक्षण व्यवस्था हा प्लेटोच्या आदर्श राज्याचा एक आधारस्तंभ होता. राज्यातील वेगवेगळ्या वर्गातील व्यक्तींना आपल्या कर्तव्याची जाणीव होण्यासाठी शिक्षणाची आवश्यकता असते असे प्लेटो मानतो. प्लेटोने आपल्या शिक्षणविषयक विचारांची मांडणी करताना तत्कालीन अथेन्स व स्पार्टामधील शिक्षण पद्धतींचा संदर्भ लक्षात घेतला होता. त्याचे शिक्षणविषयक विचार महत्त्वाचे मानले जातात. त्यामुळे त्यांचा आढावा घेणे उपयुक्त ठरेल. प्लेटोने आपल्या 'रिपब्लिक' या ग्रंथामध्ये शिक्षणविषयक विचारांची मांडणी केली आहे. त्यांचा आढावा पुढीलप्रमाणे घेता येईल :

अ) शिक्षण व्यवस्थेचे स्वरुप :

प्लेटोने शिक्षण व्यवस्थेचे स्वरुप स्पष्ट करताना त्याचे दोन भागात वर्गीकरण केले आहे. ते पुढीलप्रमाणे :

१) प्राथमिक शिक्षण :

प्राथमिक शिक्षणाच्या प्लेटोने तीन अवस्था सांगितल्या आहेत.

i) प्रथमावस्था :

हे शिक्षण मुलाच्या जन्मापासून त्याचे सहा वर्षे पूर्ण होईपर्यंत दिले जाते. हे अनौपचारिक पद्धतीचे शिक्षण असून मुलांवर चांगले संस्कार घडविण्यासाठी त्यांना धार्मिक व नैतिक स्वरुपाचे शिक्षण या काळात दिले जाते.

ii) द्वितीयावस्था :

मुलांना सहा ते अठरा या वयामध्ये दिल्या जाणाऱ्या शिक्षणाचा यात समावेश होतो. मुलांची शारीरिक व बौद्धिक प्रगती घडवून आणणे हा या शिक्षणाचा उद्देश असल्यामुळे संगीत आणि व्यायाम यांच्या शिक्षणावर या काळात भर दिला जातो. संगीतामुळे आत्म्याचा विकास होतो तर व्यायामामुळे शरीराचा विकास होतो. या शिक्षणामुळे शिस्त, संयम, धैर्य, साहस, शिष्टाचार या गुणांची वाढ होते, असे प्लेटोचे मत आहे.

iii) तृतीयावस्था :

वयाच्या अठरा ते वीस या दोन वर्षांच्या कालावधीत दिल्या जाणाऱ्या शिक्षणाचा समावेश यात होतो. या दोन वर्षांच्या काळात विद्यार्थ्यांना लष्करी शिक्षण दिले जाते. कारण लष्करी शिक्षणामुळे शिस्त, आज्ञापालन आणि स्वयंनिग्रह हे सद्गुण वाढीस लागतात. सैनिकी शिक्षणाचा यात समावेश होतो.

अशा प्रकारे वरीलप्रमाणे प्राथमिक शिक्षण पूर्ण करणाऱ्या विद्यार्थ्यांची बौद्धिक व व्यावहारिक परीक्षा घेतली जाते. या परीक्षेत उत्तीर्ण होणाऱ्या विद्यार्थ्यालाच उच्च शिक्षणासाठी प्रवेश दिला जातो. अनुत्तीर्ण होणाऱ्या विद्यार्थ्यांची सैनिक म्हणून भरती केली जाते असे प्लेटोने स्पष्ट केले आहे.

२) उच्च शिक्षण :

उच्च शिक्षण हे विशिष्ट विद्यार्थ्यांनाच दिले जाते व आदर्श शासक निर्माण करणे हा या शिक्षणाचा उद्देश असतो. प्लेटोने उच्च शिक्षणाचे देखील टप्पे सांगितले आहेत. ते पुढीलप्रमाणे :

i) प्रथमावस्था :

वयाच्या विसाव्या वर्षापासून तिसाव्या वर्षापर्यंत हे शिक्षण दिले जाते. या कालावधीत गणित, विज्ञान, तर्कशास्त्र, खगोलशास्त्र, संगीत व तत्त्वज्ञान आदी विषयांचे ज्ञान विद्यार्थ्यांना दिले जाते. गणित, विज्ञान, तत्त्वज्ञान, खगोलशास्त्र यांच्या अभ्यासामुळे विद्यार्थ्यांना अमूर्ताचे ज्ञान मिळते असे प्लेटो सांगतो.

ii) द्वितीयावस्था :

तीस ते पस्तीस वर्षांच्या कालावधीत विद्यार्थ्यांना हे शिक्षण दिले जाते. उच्च शिक्षणातील प्रथमावस्था पूर्ण करणाऱ्या व्यक्तीस व त्यातील परीक्षा उत्तीर्ण होणाऱ्यास हे शिक्षण दिले जाते. या काळात द्वंद्वात्मक पद्धतीचे शिक्षण दिले जाते. प्रामुख्याने तत्त्वज्ञान या विषयाचे शिक्षण विद्यार्थ्यांना या काळात देण्यावर भर दिला जातो.

iii) तृतीयावस्था :

द्वितीयावस्थेतील शिक्षण पूर्ण केल्यानंतर घेतल्या जाणाऱ्या परीक्षेत उत्तीर्ण होणाऱ्या विद्यार्थ्यांना अशा प्रकारच्या शिक्षणास पात्र ठरविले जाते. असे शिक्षण वयाच्या तिसाव्या वर्षापासून पन्नास वर्षांपर्यंत दिले जाते. या कालावधीत विद्यार्थ्यांना मुख्यत्वेकरुन व्यावहारिक शिक्षण दिले जाते. अशा प्रकारचे व्यावहारिक शिक्षण घेतलेला विद्यार्थी शास्त्र आणि लोकव्यवहार यामध्ये पारंगत होईल. तोच विद्यार्थी आदर्श आणि तत्त्वज्ञ शासनकर्ता बनेल असे प्लेटो सांगतो.

ब) प्लेटोच्या शिक्षण व्यवस्थेची वैशिष्ट्ये :

प्लेटोच्या शिक्षण व्यवस्थेची वैशिष्ट्ये पुढील मुद्यांच्या आधारे स्पष्ट करता येतील:

१) राज्याद्वारे नियंत्रित शिक्षण :

प्लेटोच्या शिक्षण व्यवस्थेचे वैशिष्ट्य म्हणजे राज्य नियंत्रित शिक्षण होय. प्लेटो शिक्षणास खासगी क्षेत्राकडे सुपूर्त करत नाही. कारण यातून शिक्षण हे व्यवसाय बनेल असे त्यास वाटते. राज्याच्या नियंत्रणाअभावी शिक्षण सामाजिक हिताऐवजी व्यक्तिगत हितासाठी चालेल. तसेच प्लेटोने सक्तीच्या शिक्षणाचा पुरस्कार केला आहे.

२) व्यक्तिमत्त्वाचा सर्वांगीण विकास :

प्लेटोद्वारे प्रणित शिक्षण व्यवस्थेमुळे व्यक्तीच्या व्यक्तिमत्त्वाचा सर्वांगीण विकास घडून येतो. व्यक्तीचा शारीरिक, मानसिक व आत्मिक विकास घडवून आणणे हे शिक्षणाचे उद्दिष्ट असल्यामुळे ते वास्तविक व पूर्ण स्वरुपाचे शिक्षण आहे.

३) स्त्री–पुरुषांसाठी समान शिक्षण :

प्लेटोच्या शिक्षण व्यवस्थेचे वैशिष्ट्य म्हणजे त्याने स्त्री–पुरुषांसाठी समान स्वरुपाच्या शिक्षणाचा पुरस्कार केला आहे. ज्याप्रकारचे शिक्षण पुरुषांना दिले जाते त्याच पद्धतीचे शिक्षण स्त्रियांना देखील दिले जावे असे प्लेटो सांगतो. शिक्षणाद्वारे सर्वोच्च पदापर्यंत जावून पोहोचण्याचा अधिकार प्लेटोने स्त्रियांना दिला होता.

४) शिक्षणाच्या दोन अवस्था :

प्लेटोने शिक्षणाच्या प्राथमिक व उच्च या दोन अवस्थांची मांडणी केली आहे. प्राथमिक शिक्षण हे वयाच्या वीस वर्षापर्यंत दिले जाते. तर वीस वर्षांपासून पस्तीस वर्षापर्यंत उच्च शिक्षण दिले जाते. त्यामुळे शिक्षण व्यवस्थेस निश्चित स्वरुप प्राप्त होते.

५) शरीर व मनाचा विकास :

प्लेटोची शिक्षण पद्धती ही व्यक्तीचे शरीर आणि मन या दोन्ही घटकांचा विकास करणारी आहे. शरीराच्या विकासासाठी व्यायाम तर मनाच्या विकासासाठी संगीत या अभ्यासक्रमांचा पुरस्कार प्लेटोने केला आहे.

६) तत्त्वज्ञ राजाची तयारी :

प्लेटोच्या शिक्षण व्यवस्थेद्वारे आदर्श राज्याचा कारभार चालविण्यासाठी तत्त्वज्ञ राजाची तयारी केली जाते. प्लेटोच्या मते, शिक्षणाचा उद्देश अशा वर्गाची निर्मिती करणे आहे की, जो विवेकाने परिपूर्ण असेल व त्यास राज्यकारभाराचे योग्य प्रकारे ज्ञान प्राप्त झालेले असेल.

७) वर्ग व वय यावर आधारित :

प्लेटोच्या शिक्षण व्यवस्थेचे वैशिष्ट्य म्हणजे शिक्षण व शिक्षणाचा अभ्यासक्रम हा व्यक्तीचे वय आणि वर्ग यावर आधारित आहे. त्यामुळे त्या–त्या वयातील विद्यार्थ्यांना त्याचा फायदा होतो.

८) दीर्घकालीन प्रक्रिया :

प्लेटो शिक्षणास एक दीर्घकालीन प्रक्रिया मानतो. तो वयाच्या ३५ ते ५० वर्षापर्यंत व्यावहारिक शिक्षणाची उपयुक्तता सांगतो. त्याचप्रमाणे पुढील काळात देखील प्लेटो तत्त्वज्ञ राज्यासाठी ज्ञानसाधना आवश्यक मानतो. म्हणजे प्लेटोच्या मते शिक्षण ही सातत्यपूर्ण चालणारी प्रक्रिया आहे.

अशाप्रकारे प्लेटोची शिक्षण व्यवस्था ही चिरंतर चालणारी व राज्याचे नियंत्रण असणारी व्यवस्था आहे. व्यक्तीस चारित्र्यसंपन्न बनविणे, व्यक्तीचा नैतिक, बौद्धिक आणि आत्मिक विकास साधणे, व्यक्तीमध्ये साहस, शौर्य, सहिष्णुता आणि उत्साहाची वाढ घडवून आणणे, व्यक्तीस शारीरिकदृष्ट्या संपन्न बनविणे, शिस्त, आज्ञापालन व आत्मसंयमन या सद्गुणांची वाढ घडवून आणणे या दृष्टीने प्लेटोची शिक्षणपद्धती श्रेष्ठ दर्जाची आहे.

क) प्लेटोच्या शिक्षण पद्धतीवरील टीका :

प्लेटोच्या शिक्षण पद्धतीवरील प्रमुख टीका खालीलप्रमाणे आहेत :

१) अभिजातता आणि अनन्यता :

प्लेटोच्या शिक्षण प्रणालीवरील सर्वात सामान्य टीकांपैकी एक म्हणजे अभिजातपणाची क्षमता. वर्गांची काटेकोर विभागणी आणि तत्त्वज्ञानी–राजे आणि पालक निर्माण करण्यावर भर दिल्याने लहान बौद्धिक अभिजात वर्गाचे वर्चस्व असलेला समाज निर्माण होऊ शकतो. समीक्षकांचा असा युक्तिवाद आहे की हा दृष्टिकोन वेगवेगळ्या पार्श्वभूमीतील व्यक्तींना वगळतो आणि विविध लोकसंख्येच्या गरजा आणि संभाव्य योगदानांना संबोधित करण्यात अयशस्वी ठरतो.

२) कला आणि साहित्यावरील निर्बंध :

कला आणि साहित्यावरील निर्बंध प्लेटोच्या विचारांना विरोध करतात. समीक्षकांचा असा युक्तिवाद आहे की सर्जनशील अभिव्यक्ती नियंत्रित केल्याने भाषण स्वातंत्र्य मर्यादित होते आणि कलात्मक सर्जनशीलता कमी होते. शिवाय, कलेत काय नैतिकदृष्ट्या स्वीकारार्ह आहे हे ठरवणे व्यक्तिनिष्ठ आणि सत्तेत असलेल्यांकडून गैरवर्तनास प्रवण असू शकते.

३) व्यावहारिक कौशल्याकडे दुर्लक्ष :

प्लेटोचा अभ्यासक्रम तत्त्वज्ञान, गणित आणि संगीतावर जास्त लक्ष केंद्रित करतो, अनेकदा दैनंदिन जीवनासाठी आणि आर्थिक उत्पादकतेसाठी आवश्यक असलेल्या व्यावहारिक कौशल्यांकडे दुर्लक्ष करतो. समीक्षकांचे म्हणणे आहे की शिक्षण व्यवस्थेने अमूर्त ज्ञानाच्या शोधाला प्राधान्य देण्याऐवजी अनेक व्यावहारिक कार्ये आणि व्यवसायांसाठी व्यक्तींना तयार केले पाहिजे.

४) वैयक्तिक स्वायत्ततेचा अभाव :

प्लेटोची शिक्षण प्रणाली भूमिका भिन्नता आणि एखाद्याच्या नैसर्गिक क्षमतेवर आधारित पूर्वनिर्धारित उद्देशांवर महत्त्वपूर्ण भर देते. समीक्षकांचा असा युक्तिवाद आहे की हा दृष्टीकोन वैयक्तिक स्वायत्तता आणि आत्मनिर्णय मर्यादित करतो, कारण विद्यार्थ्यांना त्यांच्या स्वतःच्या आवडींचा पाठपुरावा करण्याऐवजी सामाजिक अपेक्षांचे पालन करणे भाग पडू शकते.

५) तत्वज्ञानी-राजांची अव्यवहार्यता :

शासक म्हणून तत्त्वज्ञ-राजा या संकल्पनेला संशयाचा सामना करावा लागला आहे. तात्विक ज्ञान असलेल्या व्यक्ती राजकीय नेतृत्वासाठी स्वाभाविकपणे योग्य आहेत का असा प्रश्न टीकाकार करतात. नेतृत्वासाठी अनेक व्यावहारिक कौशल्ये, वाटाघाटी क्षमता आणि जटिल सामाजिक-आर्थिक गतिशीलतेचे आकलन आवश्यक आहे जे कदाचित तात्विक शहाणपणाशी थेट संबंधित नसतील.

६) सर्वसत्तावादाची संभाव्यता :

समीक्षकांचा असा युक्तिवाद आहे की प्लेटोने तत्त्वज्ञानी-राजे आणि पालकांच्या हातात सत्ता एकाग्र केल्याने एकाधिकारशाहीच्या संभाव्यतेबद्दल चिंता निर्माण होते. ज्या समाजात एक लहान गट सर्व निर्णय घेतो तो असहमतांची दडपशाही निर्माण करून नियंत्रण आणि संतुलनाचा अभाव निर्माण होऊ शकतो.

७) मानवी स्वभावाविषयी अवास्तव गृहितक :

प्लेटोची प्रणाली असे गृहीत धरते की सर्व व्यक्ती सत्य आणि सामान्य चांगल्याच्या शोधाने प्रेरित आहेत. समीक्षकांचा असा युक्तिवाद आहे की मानवी वर्तनावर अनेक इच्छा, भावना आणि स्वारस्यांचा प्रभाव पडतो ज्या कदाचित या आदर्शांशी जुळत नाहीत. शिक्षण प्रणालीचे यश सार्वत्रिक नैतिक सरेखनाच्या गृहीतकावर अवलंबून आहे.

८) अनुभवजन्य शिक्षणाचा अभाव :

अमूर्त ज्ञान आणि तात्विक चिंतनावर प्लेटोचा भर कदाचित प्रायोगिक शिक्षणाचे महत्त्व आणि नैसर्गिक जगाशी संलग्नतेकडे दुर्लक्ष करेल. समीक्षकांचा असा युक्तिवाद आहे की चांगले शिक्षण अनुभव, व्यावहारिक कौशल्ये आणि भौतिक वातावरणाशी जोडलेले असावे.

९) बदलत्या काळाशी जुळवून घेण्याचा अभाव :

प्लेटोची शैक्षणिक व्यवस्था त्याच्या तात्विक आणि सामाजिक संदर्भावर आधारित आहे. समीक्षकांचा असा युक्तिवाद आहे की एका विशिष्ट अभ्यासक्रमावर आणि पदानुक्रमित समाजावर त्याचा भर विविध समाजांच्या आणि ऐतिहासिक कालखंडातील विकसित गरजा आणि आव्हानांना अनुकूल होऊ शकत नाही.

१०) सद्गुण कमी करणारा दृष्टीकोन :

समीक्षकांचे म्हणणे आहे की बौद्धिक गुणांवर प्लेटोने लक्ष केंद्रित करणे आणि सत्याचा शोध यामुळे सद्गुणांच्या इतर महत्त्वाच्या पैलूंकडे दुर्लक्ष होऊ शकते, जसे की करुणा, सहानुभूती आणि सामाजिक जबाबदारी. सर्वांगीण शिक्षणाने सद्गुण आणि नैतिक परिमाणांच्या विस्तृत श्रेणीला संबोधित केले पाहिजे.

१.५ तत्वज्ञ राजा :

प्लेटोकालीन ग्रीक नगरराज्यात अयोग्य व स्वार्थी शासकांची सत्ता अस्तित्वात होती. त्यामुळे या नगरराज्यांमध्ये मोठ्या प्रमाणावर अन्याय होत होता. निकृष्ट शासकांमुळे सॉक्रेटिससारख्या तत्त्ववेत्यास मृत्युदंडाची शिक्षा मिळाली होती. त्यामुळे प्लेटोच्या विचारांवर या गोष्टींचा विपरीत परिणाम पडला. आदर्श राज्य निर्माण होण्यासाठी त्याने आदर्श शासनकर्ते निर्माण करण्यास प्राधान्य दिले. अशा आदर्श शासकास तो 'तत्त्वज्ञ राजा' म्हणतो. त्यामुळे त्याचे या संदर्भातील विचार जाणून घेणे आवश्यक ठरेल. प्लेटोने आपल्या आदर्श राज्याची संपूर्ण सत्ता तत्त्वज्ञ राजाकडे सोपविली होती. त्याच्या आदर्श राजाच्या संकल्पनेचा आढावा पुढीलप्रमाणे घेता येईल :

अ) तत्त्वज्ञ राजाचे गुण :

प्लेटोच्या मते, तत्त्वज्ञ राजाच्या ठिकाणी पुढील गुण असतात :

१) विवेकाचा पुरस्कर्ता :

प्लेटोच्या मते, तत्त्वज्ञ राजा हा विवेकाने परिपूर्ण असतो. तो विवेकास अनुसरुनच आपले कार्य पार पाडतो व क्रोध, घृणा, द्वेष, स्वार्थ यासारख्या गोष्टींपासून दूर राहतो. त्यामुळे तो विवेकाचा पुरस्कर्ता असतो.

२) सत्याचा पुजारी :

तत्त्वज्ञ राजा हा सत्याचा पुजारी असतो. त्याच्या डोक्यात खोटेपणा, फसवेगिरी, कपटीपणा या गोष्टींना स्थान नसते. खोटेपणाच्या विचारामुळेच त्यास घृणा येते. सर्व गोष्टींचा विचार तो सत्याच्या आधारे करतो.

३) न्यायाचा पुरस्कर्ता :

प्लेटोचा तत्त्वज्ञ राजा हा न्यायाचा पुरस्कर्ता असतो. राज्यात न्याय स्थापन होण्यासाठी तो प्रयत्न करतो. राज्यातील सर्व वर्ग आपआपले कार्य इतरांच्या कार्यात हस्तक्षेप न करता पार पाडतील याकडे तो लक्ष पुरवितो.

४) निःस्वार्थी वृत्ती :

प्लेटोच्या मते, तत्त्वज्ञ राजाच्या ठिकाणी निःस्वार्थ वृत्ती हा गुण आढळून येतो. त्याच्याकडे खासगी संपत्ती नसते, तसेच स्वतःचे कुटुंबदेखील नसते. त्यामुळे तो संपत्ती व स्त्री यांच्या मोहापासून दूर राहतो.

५) आत्मसंयम :

तत्त्वज्ञ राजा हा आत्मसंयम या गुणाने परिपूर्ण असतो. त्यास कोणीही आदेश किंवा सल्ला देत नाही. तर तो आपले जीवनविषयक व शासनविषयक निर्णय स्वबळावर घेत असतो.

६) बौद्धिक क्षमता :

तत्त्वज्ञ राजाच्या ठिकाणी बौद्धिक क्षमता हा गुण आढळून येतो. तो आपल्या उच्च स्मरणशक्तीच्याद्वारे महत्त्वाचे निर्णय घेतो. त्यामुळे तत्त्वज्ञ राजा होण्यासाठी उच्च बौद्धिक क्षमता व स्मरणशक्ती या गोष्टींची आवश्यकता असते.

७) शांतताप्रिय :

प्लेटोच्या मते, तत्त्वज्ञ राजा हा शांतताप्रिय असतो. तो स्वतःच शांत स्वभावाचा असतो त्यामुळे तो सर्व निर्णय शांतपणे घेतो. तसेच शांतता टिकविण्यासाठी देखील तो प्रयत्नशील असतो.

ब) तत्त्वज्ञ राजाची कार्ये :

तत्त्वज्ञ राजास आदर्श राज्याच्या दृष्टीने पुढील महत्त्वाची कार्ये पार पाडावी लागतात :

१) प्रत्येक व्यक्तीस त्याचे कार्य सोपविणे :

आदर्श राज्यातील प्रत्येक वर्गातील व्यक्तीस त्याची कार्ये सोपविणाचे कार्य तत्त्वज्ञ राजा पार पाडतो. त्याचप्रमाणे ही कार्ये योग्य प्रकारे पार पाडली जातात की नाही, याकडे देखील तो लक्ष पुरवितो.

२) शिक्षण व्यवस्थेचे संचालन :

शिक्षण व्यवस्थेचे संचालन करण्याचे कार्यदेखील तत्त्वज्ञ राजा पार पाडतो. राज्यात योग्य प्रकारे शिक्षण व्यवस्था निर्माण करुन भावी शासकांची निर्मिती कशी केली जाईल ? याकडे तो लक्ष पुरवितो.

३) राज्याचे संरक्षण :

राज्याच्या सीमांचे संरक्षण करणे ही महत्त्वाची जबाबदारी तत्त्वज्ञ राजास पार पाडावी लागते. त्या दृष्टीने राज्याच्या सीमेत होणारी वाढ व घट याकडे लक्ष पुरवावे लागते.

४) न्याय प्रशासन कायम ठेवणे :

आदर्श राज्यातील न्याय प्रशासन कायम ठेवणे ही देखील तत्त्वज्ञ राजाची जबाबदारी आहे. त्यासाठी राज्यातील विविध व्यक्तींच्या कार्याचे नियंत्रण व संचालन करणे ही कार्ये तो पार पाडतो.

५) धार्मिक विश्वासांना नियंत्रित करणे :

राज्यातील धार्मिक विश्वासांवर नियंत्रण ठेवून धार्मिक सहिष्णुता निर्माण करण्याचे कार्य तत्त्वज्ञ राजा पार पाडतो. त्यासाठी तो राज्यात योग्य अशा यंत्रणांची निर्मिती करण्यावर भर देतो.

अशाप्रकारे प्लेटोचा तत्त्वज्ञ राजा हा त्याच्या आदर्श राज्याचा केंद्रबिंदू आहे. प्लेटोने शिक्षण व साम्यवाद यांसारख्या व्यवस्थांची निर्मिती तत्त्वज्ञ राजांची निर्मिती करण्यासाठीच केली होती. आदर्श राजास आपली कार्ये योग्य प्रकारे पार पाडता यावीत, यासाठी प्लेटोने त्यास कायद्यांच्या बंधनातून मुक्त ठेवले होते. त्यामुळे तत्त्वज्ञ राजा आपल्या विवेकानुसार सर्व राज्यकारभाराचे संचालन करतो.

१.६ साम्यवादविषयक विचार :

प्लेटोने शिक्षणाप्रमाणेच साम्यवाद हा देखील आपल्या आदर्श राज्याचा आधारस्तंभ मानला होता. प्लेटोला आदर्श राज्याचा कारभार चालविण्यासाठी तत्त्वज्ञ शासकांची निर्मिती करावयाची होती. त्यामुळे आदर्श शासकास स्त्री आणि संपत्ती या दोन गोष्टींपासून दूर ठेवणे त्यास आवश्यक वाटत होते. त्यामुळे प्लेटोने शासक वर्गासाठी साम्यवाद आवश्यक मानला. शासक वर्गाने आपले कार्य व्यवस्थितपणे व निस्वार्थ वृत्तीने पार पाडावे यासाठी प्लेटो साम्यवादाची

आवश्यकता प्रतिपादन करतो. त्यामुळे त्याचे साम्यवादविषयक विचार अभ्यासणे आवश्यक ठरते. प्लेटोचा साम्यवाद हा केवळ शासक वर्गासाठीच आहे. साम्यवादाचा उद्देश आर्थिक नसून नैतिक किंवा व्यावहारिक आहे. प्लेटोने दोन प्रकारच्या साम्यवादाची चर्चा केली आहे. ते पुढीलप्रमाणे :

अ) संपत्तीचा साम्यवाद :

प्लेटोने संपत्तीच्या साम्यवादाची मांडणी करताना शासक वर्गास सर्व प्रकारच्या संपत्तीपासून दूर ठेवले आहे. प्लेटोच्या मते व्यक्तिगत संपत्तीमुळे व्यक्ती स्वार्थी, लालची व भ्रष्ट बनते. त्यामुळे त्याने शासक वर्गास खासगी संपत्तीचा अधिकार नाकारला आहे. प्लेटोच्या मते शासक वर्गास संपत्तीचा अधिकार असणार नाही. त्यांचा सर्व खर्च हा राज्याच्या माध्यमातून भागविला जाईल. संपत्तीच्या साम्यवादाचा आढावा पुढील मुद्यांच्या आधारे घेता येईल :

१) साम्यवादाचा उद्देश :

प्लेटोने संपत्तीचा साम्यवाद पुढील उद्देशांसाठी महत्त्वाचा मानला होता :

i) संपत्तीमुळे शासक वर्ग योग्य प्रकारे कार्य करु शकत नाही, त्यामुळे संपत्तीचा साम्यवाद आवश्यक आहे.

ii) आर्थिक सत्ता व राजकीय सत्ता एकाच व्यक्तीच्या किंवा वर्गाच्या हातात जाऊ नये म्हणून संपत्तीचा साम्यवाद आवश्यक आहे.

iii) संपत्तीचा अधिकार शासक वर्गास दिल्यास, तो केवळ संपत्तीच्या प्राप्तीसाठीच कार्य करेल.

iv) शासक वर्गास त्याच्या कार्यासाठी वेळ मिळावा म्हणून त्याचा खर्च राज्याद्वारे चालविणे आवश्यक आहे.

२) साम्यवादाची वैशिष्ट्ये :

प्लेटोप्रणित संपत्तीच्या साम्यवादाची वैशिष्ट्ये पुढील मुद्यांच्या आधारे स्पष्ट करता येतील :

i) साम्यवाद हा सर्व वर्गासाठी नाही तर तो शासक वर्गासाठीच आहे.

ii) साम्यवादाचा उद्देश आर्थिक विषमता दूर करणे हा नसून शासनास दोषमुक्त करणे हा आहे.

iii) प्लेटोचा साम्यवाद त्यागाचे प्रतीक आहे, भोगाचे नव्हे.

iv) प्लेटोचा साम्यवाद हा आदर्श राज्याचा आधारस्तंभ आहे.

ब) कुटुंबाचा साम्यवाद :

प्लेटोने संपत्तीप्रमाणेच कुटुंबाच्या साम्यवादाची मांडणी केली आहे. त्याने शासक वर्गास संपत्तीप्रमाणेच कुटुंबाचा देखील अधिकार नाकारला आहे. प्लेटोने कुटुंब आणि संपत्ती हे दोन घटक परस्परांशी जोडलेले आहेत. कुटुंबामुळेच व्यक्ती संपत्ती जमविण्यास बाध्य होत असते. प्लेटोच्या मते शासक वर्गास विवाह करण्याचा व कुटुंबाचा अधिकार असणार नाही. स्त्री-पुरुष हे केवळ संतती निर्मितीसाठीच एकत्र येतील. मुलांना त्यांच्या आई-वडिलांकडे न ठेवता राज्याच्याद्वारे निर्माण केलेल्या संस्थांमध्ये त्यांचे संगोपन केले जाईल. म्हणजेच मुलांना आपल्या मात्या-पित्याची माहिती असणार नाही. कमकुवत मुले नष्ट केली जातील. अशा प्रकारे प्लेटोने कुटुंबाच्या साम्यवादाची मांडणी केली आहे. त्याच्या कुटुंबाच्या साम्यवादाचे उद्देश पुढीलप्रमाणे सांगता येतील:

१) शासक वर्गास कौटुंबिक मोहापासून दूर ठेवणे :

शासक वर्गास कौटुंबिक मोहापासून दूर ठेवणे हा प्लेटोच्या साम्यवादाचा मुख्य उद्देश होता. कौटुंबिक मोहात अडकून व्यक्ती आपल्या सार्वजनिक कर्तव्यापासून भरकटतो. शासक वर्गास राज्याच्या दृष्टीने महत्त्वाची कर्तव्ये पार पाडायची आहेत. त्यामुळे त्यास कुटुंबाचा साम्यवाद आवश्यक ठरतो.

२) राज्यात एकता स्थापित करणे :

राज्यात एकता स्थापन करण्याच्या दृष्टीने देखील प्लेटोस कुटुंबाचा साम्यवाद आवश्यक वाटतो. कारण शासक वर्गास कुटुंबाचा अधिकार प्राप्त झाल्यास विविध वर्गांमधील संघर्ष वाढेल व न्यायाची स्थापना होऊ शकणार नाही. त्यामुळे कौटुंबिक साम्यवादाद्वारे राज्याच्या एकतेस चालना मिळेल असे प्लेटोला वाटते.

३) स्त्रियांची मुक्तता करणे :

कौटुंबिक जीवनातून स्त्रियांची मुक्तता करणे या उद्देशाने देखील प्लेटो साम्यवादाचा पुरस्कार करतो. प्लेटोच्या मते स्त्रियांचे कार्य केवळ चार भिंतीच्या आत गुरफटून राहणे हे नाही. त्यामुळे जर कुटुंबसंस्थाच नष्ट केली तर सार्वजनिक कार्यात स्त्रियांचा सहभाग वाढेल, याद्वारे राज्याची निम्मी मनुष्यशक्ती उपयोगात आणली जाऊ शकते.

क) प्लेटोच्या साम्यवादावर होणाऱ्या टीका :

प्लेटोच्या साम्यवादावर त्याचा शिष्य ॲरिस्टॉटल व इतरही विचारवंतांनी टीका केली आहे. त्या टीकेचे मुद्दे पुढीलप्रमाणे स्पष्ट करता येतील :

१) प्लेटोच्या साम्यवादावर होणारी टीका म्हणजे तो केवळ शासक वर्गापुरताच मर्यादित आहे. त्यामुळे शासक वर्गावर होणारा तो अन्याय ठरतो.

२) संपत्तीच्या अभावामुळे शासक वर्ग अनेक लोकोपयोगी कार्य पार पाडण्यास असमर्थ ठरतो.

३) प्लेटोने कुटुंबाचा साम्यवाद मांडून स्त्री-पुरुषांची तुलना पशूंप्रमाणे केली आहे.

४) प्लेटोचा साम्यवाद आदर्श राज्य निर्माण करण्याऐवजी अनैतिकता व स्वैराचार यांना चालना देणारा आहे.

५) राज्य विकासासाठी प्लेटो शासक वर्गास संपत्ती व कुटुंब हे हक्क नाकारून व्यक्तिविकासाचा बळी देणारा ठरतो.

६) प्लेटोच्या साम्यवादामुळे एकता निर्माण होण्याऐवजी विविध वर्गात संघर्षाची भावना वाढीस लागेल.

७) प्लेटोचा साम्यवाद हा आधुनिक काळात मान्य होणारा नाही.

प्लेटोच्या साम्यवादविषयक विचारात वरीलप्रमाणे दोष आढळून येत असले, तरी याद्वारे प्लेटोने स्त्रियांना कौटुंबिक जीवनातून मुक्त करुन स्वायत्तता मिळवून दिली आहे. आधुनिक काळात देखील प्लेटोच्या विचारांची प्रस्तुतता दिसून येते. कारण आजच्या काळात शासक वर्गाद्वारे होणाऱ्या भ्रष्टाचाराचे मूळ हे संपत्ती व कुटुंब यातच आढळून येते. त्यामुळे प्लेटोचे विचार महत्त्वाचे आहेत.

सरावासाठी प्रश्न

प्र. १. दीर्घोत्तरी प्रश्न.

१) प्लेटोच्या जीवनाचा सविस्तर आढावा घ्या.

२) प्लेटोच्या शिक्षण पद्धतीची वैशिष्ट्ये विशद करा.

३) प्लेटोच्या साम्यवादविषयक विचारांचे चिकित्सक परीक्षण करा.

४) प्लेटोचा आदर्शवादी दृष्टिकोन स्पष्ट करा.

५) प्लेटोच्या न्यायविषयक विचारांचा आढावा घ्या.

६) प्लेटोच्या साम्यवादविषयक विचारांची माहिती सांगा.

७) प्लेटोचे आदर्श राज्यविषयक विचार स्पष्ट करा.

८) प्लेटोच्या शिक्षणविषयक विचारांचा आढावा घ्या.

९) प्लेटोचे 'तत्त्वज्ञ राजा' विषयक विचार स्पष्ट करा.

प्र. २. टिपा लिहा.

१) प्लेटोच्या विचारांचे गुण.

२) प्लेटोच्या विचारांतील उणिवा.

३) प्लेटोप्रणित संपत्तीचा साम्यवाद.

४) प्लेटोप्रणित कुटुंबाचा साम्यवाद.

प्रकरण २

थॉमस हॉब्ज

प्रस्तावना :

जन्म : इ.स. १५८८

मृत्यू : इ.स. १६७९

महत्त्वाचे ग्रंथ: द साइव, द कारपोर, द होमाइन, लेवियथान. इत्यादी.

सामाजिक कराराच्या सिद्धांताची मांडणी करणारा हॉब्ज हा पहिला राजकीय विचारवंत मानला जातो. राज्याची निर्मिती करारातून झाली आहे, असा युक्तिवाद मांडून हॉब्जने राज्यविषयक चिंतनास नवी दिशा प्रदान करण्याचे कार्य पार पाडले. हॉब्जने राज्यपूर्व अवस्थेचे वर्णन प्रस्तुत करताना, त्यास निसर्ग अवस्था म्हटले आणि या निसर्ग अवस्थेत वावरणाऱ्या मानवाच्या स्वभाव वैशिष्ट्यांचे स्पष्टीकरण दिले. हॉब्जच्या विचारांवर तत्कालीन परिस्थितीचा नकारात्मक प्रभाव पडलेला होता. त्यामुळे त्याची मानवी स्वभावविषयक धारणा देखील नकारात्मक स्वरूपाची बनली. मनुष्य स्वभावत:च वाईट आहे, असे मानून त्याने आपल्या विचारांची मांडणी केली. त्यामुळे मनुष्याच्या वाईट स्वभावावर नियंत्रण ठेवण्यासाठी तो एका निरंकुश सार्वभौम सत्तेची आवश्यकता प्रतिपादन करतो. सामाजिक करारातून निर्माण होणाऱ्या, या सार्वभौम सत्तेकडे तो सर्व अधिकार सुपूर्त करतो. त्यामुळे हॉब्जचे विचार हे सार्वभौमत्वविषयक चर्चा विश्वात एक महत्त्वपूर्ण देणगी मानले जातात. म्हणून हॉब्जच्या राजकीय विचारांचा अभ्यास करणे यथार्थ ठरेल.

२.१ हॉब्जचे जीवन आणि कार्य :

अत्यंत तर्कशुद्ध व शास्त्रीय पद्धतीने राजकीय तत्त्वज्ञानामध्ये सामाजिक कराराचा नवा सिद्धांत मांडणारे हॉब्ज हे पहिले विचारवंत होत. धार्मिक कल्पनांना बाजूस ठेवून हॉब्ज यांनी राज्याची नैतिक मीमांसा केली आहे. त्यात त्यांची स्वतंत्र बुद्धिमत्ता, कल्पकता व व्यापकता दिसून येते. त्यांची सार्वभौमत्वाची कल्पना पुढे इंग्रज विधिज्ञ जॉन ऑस्टिन यांनी

विस्ताराने मांडली असली, तरी त्याचे जनकत्व हॉब्ज यांच्याकडेच जाते. हॉब्ज यांचे समग्र वाङ्मय 'द इंग्लिश वर्क्स ऑफ थॉमस हॉब्ज' (११ खंड, १८३९) या नावाने प्रसिद्ध झाले आहे.

२.१.१ हॉब्जचे जीवन :

१७ व्या शतकातील इंग्लिश तत्त्वज्ञ थॉमस हॉब्ज हे मूठभर खरोखरच महान राजकीय तत्त्वज्ञांपैकी एक म्हणून ओळखला जातो, ज्याचे प्रमुख कार्य लेव्हियाथन हे प्लेटो, ॲरिस्टॉटल, लॉक, रुसो, कांट आणि रॉल्स यांच्या राजकीय लेखनाला महत्त्व देते. हॉब्ज हे सामाजिक करार सिद्धांत म्हणून ओळखल्या जाणार्या त्याच्या सुरुवातीच्या आणि विस्तृत विकासासाठी प्रसिद्ध आहेत, योग्यरित्या स्थित तर्कसंगत, मुक्त आणि समान व्यक्तींमध्ये केलेल्या कराराला आवाहन करून राजकीय तत्त्वे किंवा व्यवस्थांचे समर्थन करण्याची पद्धत म्हणजे सामाजिक करार.

१) जन्म आणि कौटुंबिक पार्श्वभूमी :

थॉमस हॉब्जचा जन्म ५ एप्रिल १५८८ रोजी वेस्टपोर्ट, विल्टशायर, इंग्लंड येथे झाला. स्पॅनिश आरमाराच्या दृष्टिकोनामुळे राजकीय आणि सामाजिक तणावाच्या काळात जन्मलेल्या थॉमस हॉब्ज सीनियर आणि थॉमाझिन यांचा तो मुलगा होता.

२) अशांत काळ :

इंग्लिश सुधारणा आणि अँग्लिकन चर्च व प्युरिटन गटांमधील संघर्षांद्वारे वैशिष्ट्यीकृत, इंग्लंडमधील महत्त्वपूर्ण अशांततेच्या काळात हॉब्ज मोठा झाला. या तणावांचा धर्म आणि शासन यावरील त्याच्या नंतरच्या विचारांवर परिणाम झालेला दिसतो.

३) शिक्षण :

बौद्धिक प्रतिबद्धता दाखवून, हॉब्जने मालमेसबरी ग्रामर स्कूलमध्ये शिक्षण घेतले, लॅटिन आणि अभिजात शिक्षणात एक भक्कम पाया मिळवला ज्यामुळे त्याच्या विद्वत्तापूर्ण प्रयत्नांना आकार मिळाला.

४) विद्यापीठ अभ्यास :

वयाच्या १५ व्या वर्षी, १६०३ मध्ये हॉब्जने ऑक्सफर्डच्या मॅग्डालेन हॉलमध्ये जाण्यास सुरुवात केली. त्याला ॲरिस्टोटेलियन तत्त्वज्ञान आणि विद्वानवादाचा परिचय झाला, ज्याने त्या वेळी बौद्धिक प्रवचनावर वर्चस्व गाजवले होते.

५) उल्लेखनीय व्यक्तींसोबत भेटी :

ऑक्सफर्डमध्ये असताना हॉब्ज सर विल्यम कॅव्हेंडिशसारख्या प्रभावशाली विचारवंतांशी जोडला गेला. ही जोडणी महत्त्वाची तरली, कारण कॅव्हेंडिश नंतर हॉब्जचा संरक्षक आणि मित्र बनला.

६) शिकवणी आणि प्रवास :

कॅव्हेंडिश कुटुंबाचे ट्यूटर बनून, हॉब्जने संपूर्ण युरोपमध्ये विस्तृत प्रवास सुरू केला. या प्रवासामुळे त्याला वैविध्यपूर्ण बौद्धिक वर्तुळ, विविध तात्विक दृष्टीकोन आणि राजकीय गोंधळाचे परिणाम जाणून घेता आले.

७) बौद्धिक विकास :

प्रवासा दरम्यान युरोपियन विचार आणि त्याच्या स्वत:च्या अनुभवांच्या प्रदर्शनामुळे हॉब्जच्या शासन, मानवी स्वभाव आणि समाजावरील विकसित कल्पनांना हातभार लागला. या अनुभवांनी त्याचा अनोखा दृष्टीकोन घडवला.

८) संघर्ष आणि वाद :

हॉब्जची धार्मिक व्याख्यांवर प्रश्नचिन्ह निर्माण करण्याची इच्छा आणि अनुभवजन्य निरीक्षणावर लक्ष केंद्रित केल्यामुळे त्याचा काही वेळा धार्मिक आणि राजकीय अधिकाऱ्यांशी संघर्ष झाला, ज्यामुळे त्याच्या कल्पनांबद्दल चिंता निर्माण झाली.

९) इंग्लंडला परतणे :

१६३० च्या सुरुवातीस हॉब्ज इंग्लंडला परतला आणि लंडनमध्ये स्थायिक झाला. बौद्धिक वर्तुळात गुंतून, त्याने चर्चा आणि वादविवादांद्वारे आपल्या तात्विक कल्पनांना परिष्कृत करणे चालू ठेवले.

१०) उल्लेखनीय कार्यांचे प्रकाशन :

१६५१ मध्ये हॉब्जने लेव्हियाथन हा ग्रंथ प्रकाशित केला, ज्यामध्ये राजकीय तत्त्वज्ञान, सामाजिक करार सिद्धांत आणि भविष्यातील पिढ्यांवर प्रभाव पडेल अशाप्रकारे सरकारच्या भूमिकेवर त्यांचे सर्वसमावेशक विचार मांडले गेले.

११) वारसा आणि प्रभाव :

हॉब्जच्या सुरुवातीच्या जीवनातील अनुभव विविध प्रभावांना सामोरे जाणे, प्रमुख व्यक्तींना भेटणे आणि त्यांच्या कल्पनांमुळे उद्भवलेले वाद हे त्याच्या नंतरच्या कामांचा आधार बनला आणि राजकीय तत्त्वज्ञान व मानवी स्वभावाच्या समजुतीवर त्याचा कायमचा प्रभाव पडला.

२.१.२ हॉब्जचे कार्य :

द शॉर्ट ट्रॅक्ट (१६३०), द एलेमेन्ट्स ऑफ लॉ नॅचरल अँड पॉलिटिक (१६४०), द थर्ड सेट ऑफ ऑब्जेक्शन्स टू देकार्तस् मेडिटेशन्स (१६४१), De Cive (१६४२), टॉमस व्हाइट्स डी मण्डो इक्झॅमिन्ड (१६४३), अ मायन्यूट ऑर फर्स्ट ड्राफ्ट ऑफ द ऑप्टिक्स (१६४६), लेव्हायथन (१६५१), ऑफ लिबर्टी अँड निसेसिटी (१६५४), De Corpore (१६५५), De Homine (१६५८), Behemoth (१६६८), Decameron Physiologicum (१६७८) हे त्यांचे काही उल्लेखनीय ग्रंथ होत. याशिवाय त्यांनी इलिअड व ओडिसी (१६७५) या श्रेष्ठ साहित्यकृतींचा इंग्रजी अनुवाद केला असून लॅटिन पद्यात आत्मवृत्त (१६७९) लिहिले आहे. हॉब्ज यांच्या मते, शब्दांच्या एकीकरणातून प्रतिज्ञा, विधानांच्या एकत्रीकरणातून संविधान, संविधानातून अनुमान व त्यातून विज्ञानाची निर्मिती होते. म्हणून सर्व ज्ञान गणिती छापाचे असते. चिन्हांचा योग्य संबंध म्हणजे सत्य; अयोग्य संबंध म्हणजे असत्य. शब्दांची योग्य व्याख्या देणे, हे तत्त्वज्ञानाचे पहिले कर्तव्य आहे. लेव्हायथन या ग्रंथात त्यांनी राजकीय तत्त्वज्ञानाचे व्यापक विवेचन केले असून त्यांनी या ग्रंथास एका प्रचंड जलचर प्राण्याचे नाव दिले आहे. दुःसह्य रानटी अवस्थेतून बाहेर पडण्यासाठी मनुष्याने आपापसांत करार केला आणि त्यातून सार्वभौम सत्तेची उत्पत्ती झाली, असे सामाजिक कराराचे विवेचन या ग्रंथात त्यांनी केले आहे.

हॉब्ज यांचे सत्ताशास्त्र म्हणजे जडद्रव्य व गती यांबद्दलचा सिद्धांत. हे सत्ताशास्त्र म्हणजे भौतिकशास्त्रच आहे. गती म्हणजे यांत्रिक आवश्यकता. स्वरूप कारण व प्रयोजक कारण अस्तित्वात नसून फक्त निमित्तकारणेच अस्तित्वात असतात. वस्तू नैसर्गिक व कृत्रिम किंवा मनुष्यनिर्मित असून तदनुसार नैसर्गिक व नागरिक असे दोन प्रकारचे तत्त्वज्ञान असते. मनुष्यनिर्मित राज्याची कल्पना हॉब्ज दुसऱ्या प्रकारात घालतात.

द एलेमेन्ट्स ऑफ लॉ या ग्रंथात हॉब्ज यांनी मन व ईश्वर यांबाबत जडवादच खरा आहे; बाह्य वस्तूंमुळे होणारे वेदन मेंदूपाशी न थांबता हृदयापर्यंत जाते; तेथे ज्याप्रमाणे ते प्राणतत्त्वाच्या गतीला मदत किंवा अडथळा करते. त्याप्रमाणे सुख किंवा दुःख होते व सुखदुःखाच्या साहचर्याने वस्तू हव्याशा किंवा नकोशा वाटतात, असा विचार मांडला आहे. त्यांच्या या विचारात साहचर्यवादी मानसशास्त्राचे मूळ आहे. मन विशुद्ध जडद्रव्य असून अभिमान, धैर्य, आशा, लज्जा, प्रेम इ. सर्वच जडद्रव्याच्या गती आहेत. आत्मस्वातंत्र्याची कल्पना चुकीची आहे. मनुष्य व पशू यांत केवळ अंशाचा फरक आहे. वस्तू कमी–अधिक सूक्ष्म असून सूक्ष्म वस्तू इतर वस्तूंना प्रतिबिंबित करतात, असा विचार त्यांनी व्यक्त केला आहे.

अ) हॉब्जच्या विचारांचे महत्व :

हॉब्जने आपल्या विचारांद्वारे राजकीय विचारांच्या क्षेत्रात मोलाची भर टाकली आहे. त्याच्या विचारांचे महत्त्व पुढील मुद्यांच्या आधारे जाणून घेता येईल :

१) सार्वभौमत्वाचा सिद्धांत :

राजकीय विचारात हॉब्जने मौलिक भर कोणती घातली असेल तर ती म्हणजे सार्वभौमत्वाच्या सिद्धांताची होय. सार्वभौमत्वाचा विचार त्याच्या अगोदर पुरेसा विकसित झाला नव्हता. मॅकियाव्हली, बोंदँ इत्यादींनी हा विचार मांडला असला तरी सार्वभौमत्वाकडे आज आपण ज्या दृष्टिकोनातून पाहतो तो दृष्टिकोन हॉब्जनेच विकसित केला. कोणत्याही शासनपद्धतीच्या व राज्याच्या मुळाशी सार्वभौमत्वाचा विचार अतिशय महत्त्वाचा असतो, हे हॉब्जला प्रथम प्रकर्षाने जाणवले.

२) कायद्याचा विचार :

हॉब्जच्या सार्वभौमत्वाच्या कल्पनेतून निर्माण झालेला कायद्याचा विचार ही सुद्धा हॉब्जची राज्यशास्त्रास मिळालेली देणगी आहे. सार्वभौमास लोकांवर संपूर्ण नियंत्रण ठेवण्याचा अधिकार होता. त्यांची कार्ये तो नियंत्रित करू शकत होता. हे तो कायद्याच्या माध्यमातून पार पाडीत होता. सार्वभौम कायद्याचा निर्माता आहे व तो त्यापेक्षा श्रेष्ठ आहे. लोकांनी बिनाशर्त कायद्याचे पालन केलेच पाहिजे. हॉब्जने कायद्याचा फक्त न्यायिक दृष्टिकोनच मान्य केला आहे.

३) राज्यास आधुनिक स्वरूप दिले :

हॉब्जने राज्य या कल्पनेस आधुनिक स्वरूप प्राप्त करून दिले. ''व्यक्तीव्यक्तीतील हितसंबंधाला जपणारे माध्यम म्हणजे राज्य'' अशी नवी कल्पना त्याने मांडली. राज्य ही उपयोगी संस्था आहे, हा विचार मांडून त्याने पुढील काळात उपयोगितावादाच्या सिद्धांतास चालना दिली. त्याने अनियंत्रित सार्वभौमत्वाचा विचार तर मांडलाच; पण त्याचबरोबर धर्म व राजकारण यांचे संपूर्ण विभक्तीकरण केले. धर्मातीत राज्य व अनियंत्रित राज्य यास त्याने शास्त्रीय स्वरूप प्राप्त करून दिले. हॉब्जच्या विचाराचे हे प्रमुख वैशिष्ट्य मानावे लागेल.

४) शांतता व सुव्यवस्थेवर भर :

आज ही गोष्ट संपूर्णपणे मान्य झाली आहे की, कोणत्याही समाजाचा पाया शांतता व सुव्यवस्थेवर आधारलेला असतो. काहींनी हक्क व स्वातंत्र्यास जास्त महत्त्व दिले आहे. हॉब्जने केवळ शांतता व सुव्यवस्था यावरच भर दिला आहे. याशिवाय राज्याला शिस्तीचा आधार दिला आहे. त्यातूनच त्याने अनियंत्रित सत्तापद्धतीचा पुरस्कार केला. अराजकपेक्षा कडक शिस्त केव्हाही उपकारक असते. समाजाच्या धारणेसाठी त्याने कायदापालन व

राज्याशी एकनिष्ठ राहणे आवश्यक मानले. आजही हा विचार तितकाच प्रभावी व सर्वमान्य झाला आहे. शासनाचा कोणताही प्रकार असो, लोकांनी राज्याचे कायदे निर्विवादपणे पाळले पाहिजेत. हा विचार त्रिकालबाधित सत्य आहे.

५) राज्य सर्वंकष सत्तावादी नाही :

हॉब्जच्या सिद्धांतातून बलवान राजसत्ता निर्माण होत असली तरी या सत्तेचा आधार सर्वंकष सत्तावादी नाही. सर्वंकष सत्तावादात करार नसतात. येथे कराराच्या आधारावर सत्तेची निर्मिती झाली आहे. यातील सरकारला व्यक्तीच्या हिताचे रक्षण करावे लागते. सर्वंकष सत्तावादी पद्धतीत असे घडतेच असे नाही. हॉब्जच्या राज्यात कायद्यासमोर सर्व समान आहेत व शासन चालविणारा कोणताही विशेष वर्ग नाही. कायद्याला व्यक्तीने मानावे एखाद्या विचारास नव्हे, असे हॉब्ज म्हणतो. सर्वंकष सत्तावादी राज्य जसे व्यक्तीस गिळंकृत करते तसे हॉब्जचे राज्य व्यक्तीस गिळंकृत करीत नाही.

६) राज्य ही मानवी संस्था आहे :

राज्य ही मानवी संस्था आहे, हा एक क्रांतीकारक व अत्यंत महत्त्वाचा विचार हॉब्जने मांडला. आतापर्यंत राज्य हे दैवी इच्छेने निर्माण झाले असे मानले जात होते; परंतु हॉब्ज हा पहिलाच विचारवंत असा आहे की, ज्याने राज्य ही मानवनिर्मित अशी कृत्रिम संस्था आहे हा विचार मांडला. राज्य खरोखरच मानवानेच, मानवाच्या सोयीकरीता आणि हिताकरीता स्थापन केले आहे. पुढे अनेक विचारवंतानी या विचारसरणीचा स्वीकार केला.

ब) हॉब्जच्या विचारांतील उणीवा :

हॉब्जच्या राजकीय तत्त्वज्ञानाबाबत विविध मतप्रवाह आढळून येतात. मुरे म्हणतो की , हॉब्जला आधार देणारे फार थोडे; पण टीका करणारे विचारवंत अधिक प्रमाणात आहेत. व्हॉन तर म्हणतो की, हॉब्जचे विचार परिणामहीन सिद्ध झाले आहेत. सॅबाईनच्या मते, इंग्लंडच्या राजकीय विचाराच्या इतिहासातील हॉब्ज हा श्रेष्ठ विचारवंत आहे. हॉब्जच्या विचारसरणीतील खालील ठळक दोषांचा उल्लेख करावा लागेल.

१) निसर्गावस्थेचे एकांगी चित्रण :

हॉब्जने निसर्गावस्थेचे निर्माण केलेले चित्र एकांगी स्वरूपाचे आहे. अतिशय काळे व पक्षपाती असे निसर्गावस्थेचे चित्र हॉब्जने रेखाटले आहे. निसर्गावस्थेतील मनुष्य स्वभावाचे त्याने केलेले वर्णनसुद्धा मानसशास्त्राच्या चौकटीत बसणारे नाही. मनुष्य फक्त स्वार्थी, दुष्ट आणि अहंकारी वृत्तीचा नसतो. त्याचबरोबर मनुष्यस्वभावाला चांगलेपणाच्या रूपेरी कडा असतात. त्याचा हॉब्जला विसर पडला आहे असे दिसते. मनुष्यस्वभाव फार चांगलाही नसतो फार वाईटही नसतो. दोहोंचे मिश्रण असते. सार्वभौमाला अमर्याद सत्ता देण्याच्या इच्छेने त्याने मनुष्य स्वभावाचे असे काळे वर्णन केले असावे, असाही एक आरोप केला जातो.

२) ऐतिहासिक आधार नाही :

हॉब्ज म्हणतो की, निसर्गावस्था म्हणजे युद्धसदृश परिस्थिती होय. प्रत्येकाचे प्रत्येकाबरोबर चाललेले युद्ध अशी ती एक अवस्था आहे असे हॉब्ज म्हणतो. प्रश्न असा निर्माण होतो की, मनुष्याचे जीवन जर इतके एकाकी व भांडखोर प्रवृत्तीचे होते तर मनुष्य एकाएकी सामाजिक करारात शिरला कसा ? माणसात एकाएकी असा बदल होणे शक्य नाही. दुसरे असे की हॉब्ज म्हणतो की, मनुष्य हा एकलकोंडे जीवन जगत होता; पण हे खरे वाटत नाही. कारण मनुष्य हा सामाजिक प्राणी आहे. तो एकटा राहणे सामाजिकदृष्ट्या अशक्य आहे. एकंदरीत अशा

प्रकारच्या, निसर्गावस्थेला इतिहास कोणताही आधार देत नाही. भांडखोर मनुष्य भविष्याचा विचार करून एकदम कराराला प्रवृत्त होतो, हे ही पटण्यासाखरे नाही.

३) निसर्गावस्थेतही नियम होते :

हॉब्ज म्हणतो की, निसर्गावस्थेत कायदे नव्हते; परंतु हा विचार योग्य वाटत नाही. आधुनिक भाषेतील कायदे ज्यावेळी अस्तित्वात नव्हते तरी त्यावेळी काही अलिखित असे नियम असतीलच व या नियमाच्या आधारे समाज नियंत्रित होत असेल. कोणताही मनुष्य समुदाय तर लिखित वा अलिखित नियमांशिवाय टिकूच शकत नाही.

४) निसर्गावस्थेत करार नसतात :

निसर्गावस्था ही अशी एक अवस्था आहे की, ज्यामध्ये असे कोणतेही करार प्रत्यक्षात येणे शक्य नसते; परंतु हॉब्जच्या निसर्गावस्थेतच अशा प्रकारचा करार अस्तित्वात आला. वास्तविक पाहता करार दोन पक्षात किंवा दोन बाजूंनी तयार होत असतो; परंतु हॉब्जच्या सामाजिक करारात सार्वभौम हा कराराचा पक्ष नाही, ही कल्पना विसंगत स्वरूपाची वाटते.

५) सार्वभौमाची हुकूमशाही :

या करारातून सार्वभौमाची हुकूमशाही निर्माण होते. कारण करार त्यावर बंधनकारक नाही. लोकांना त्याच्याविरूद्ध बंड करण्याचा अधिकार नाही. लोकांना हा करार मोडता येत नाही आणि सार्वभौम म्हणेल त्याचे निमूटपणे आज्ञा पालन करण्यातच लोकांचे स्वातंत्र्य सामावलेले असते. या सर्व वैशिष्ट्यातून असे दिसते की, सार्वभौमाची हुकूमशाही लोकांवर निर्माण होते. हॉब्ज म्हणतो की सार्वभौम हा लोकांचा प्रतिनिधी आहे; पण हा प्रतिनिधी लोकांचे हक्क आणि स्वातंत्र्य हिरावून घेणार नाही कशावरून? लोकांच्या कल्याणाकडे तो लक्ष देईलच असे म्हणता येणार नाही. लोक व राजा यात फक्त भीती आज्ञापालनाचा दुवा आहे, लोककल्याणाचा नाही. असे हे हॉब्जचे दोषमय सार्वभौमत्व आहे.

६) अनियंत्रित राजसत्तेचे समर्थन :

हॉब्जने सामाजिक कराराचा सिद्धांत स्पष्ट केला; पण यातून त्याला अनियंत्रित राजसत्तेचे समर्थन करावयाचे होते. इंग्लंडचे स्टुअर्ट राजे यांची पुनर्स्थापना त्यास करावयाची होती. त्यामुळे त्याच्या सिद्धांतात अनियंत्रित हुकूमशाहीचा दोष निर्माण झाला आहे. अशी अनियंत्रित राजसत्ता खरोखर लोकांना उपयुक्त अशी सिद्ध होऊ शकेल का ? असे राज्य जेव्हा लोकांच्या गरजा पूर्ण करण्यास असमर्थ ठरते तेव्हा ते स्वत:ची उपयुक्तताही नष्ट करीत असते.

७) मानसशास्त्रीय आधार दुबळा आहे :

हॉब्जच्या सिद्धांतामागे दुबळा मानसशास्त्रीय आधार आहे. भावना आणि तर्क या दोन भावना मानवी स्वभावात आहेत असे तो म्हणतो. भीतीच्या आधारावर त्याने राज्याची निर्मिती केली आहे; परंतु आधुनिक राज्यांचा आधार भीती असूच शकत नाही. भीती हा राज्याचा आधार कल्पून सर्व व्यक्तींना राज्याच्या सत्तेपुढे वाकविले आहे. पण यातून त्याचा सिद्धांत मानसशास्त्रीयदृष्ट्या सदोष झाला आहे असे दिसून येते.

८) व्यक्ती समाजात महत्त्वाची नसते :

मानवी जीवनाच्या प्रारंभ काळात कुटुंब किंवा गट हाच सामाजिक जीवनाचा महत्त्वाचाा घटक होता, व्यक्ती नव्हे. ही अत्यंत साधी गोष्ट हॉब्जच्या लक्षात आली नाही असे दिसते. हॉब्जने फक्त व्यक्तीला प्राधान्य दिले आहे. ही व्यक्ती सामाजिक प्रवृत्तीची नाही. ती नैतिक प्रवृत्तीचीही नाही. हॉब्ज म्हणतो की अशा माणसांनी

सामाजिक करार केला. हा सामाजिक करार अभंग स्वरूपाचा असतो. अशी विक्षिप्त माणसे कराराचे खरोखरच पालन करतील काय ? हॉब्जची कायद्याची कल्पना ही अशीच संकुचित स्वरूपाची आहे.

९) सद्वर्तणुकीसाठी हुकूमशाही सत्तेचा उपयोग :

हॉब्ज म्हणतो की, माणसाने सद्वर्तणुक करावी यासाठी सार्वभौमाची हुकूमशाही सत्ता हाच एकमेव मार्ग आहे; परंतु मनुष्यास सद्वर्तनासाठी प्रवृत्त करणारे इतरही घटक आहेत याचा विसर त्याला पडला आहे असे दिसते. विचारशक्ती, धार्मिक मते, कायदापालनाची वृत्ती या सर्व गोष्टींमुळे मनुष्य कायदा पाळीत असतो व सद्वर्तन ठेवीत असतो. हॉब्जने हे लक्षात घेतले आहे असे वाटत नाही.

१०) राज्याची नकारात्मक कार्ये :

हॉब्जने राज्यास फक्त नकारात्मक कार्येच करावयास सांगितली आहेत. शांतता व सुव्यवस्था स्थापन करणे एवढेच कार्य राज्यास किंवा सार्वभौमास करावयाचे आहे. हॉब्जचा 'लेवियाथन' हा खरोखर एक पोलिसच आहे, असे निर्णय घेणारे राज्य लोकांचे व्यापक कल्याण साधू शकत नाही. असा निर्माण होणारा राजकीय समाज हा खरा राजकीय समाज नसतोच. अराजकापेक्षाही वाईट अवस्था त्यात निर्माण होते. असा सार्वभौम स्वत:च्याच हितसंबंधाचे रक्षण करू लागतो.

२.२ मानवी स्वभावविषयक विचार :

हॉब्जचे मानवी स्वभावविषयक विचार हे, त्याच्या सर्व राजकीय विचारांचा आधार आहे. कारण मानवी स्वभावाबाबत हॉब्जने जी मांडणी केली, त्यानुसारच त्याचे इतर विचार निर्माण झाले.

अ) मानवी स्वभावविषयक विचार :

हॉब्जचे मानवी स्वभावविषयक विचार जाणून घेणे योग्य ठरेल :

१) स्वार्थी :

हॉब्जच्या मतानुसार, निसर्ग अवस्थेतील मनुष्य हा स्वार्थी प्रवृत्तीचा होता. आपल्या संरक्षणासाठी तो इतरांचा जीव घेण्यास देखील मागे पुढे पाहत नव्हता. आपल्याला जे मिळालेले आहे ते टिकवून ठेवणे, हाच मनुष्याच्या जीवनाचा अर्थ होता. स्वार्थी भावनेमुळे इतरांशी सहकार्याने व सौहार्दने वागणे त्याला आवश्यक वाटत नव्हते.

२) आक्रमकता व क्रुरता :

आक्रमकता व क्रूरता ही, निसर्ग अवस्थेतील मनुष्याची हॉब्जने दोन वैशिष्ट्ये सांगितली आहेत. त्यामुळे मनुष्य इतरांशी शत्रुत्वाच्या भावनेने वागत होता. आपले रक्षण करण्यासाठी तो इतरांवरती सतत आक्रमण करत असे. तसेच संवेदनांचा व भावनांचा अभाव असल्यामुळे, त्यांचे वर्तन क्रूर स्वरूपाचे होते. पाशवी शक्तीचा आधार घेऊन संघर्ष सोडविणे हा एकमेव मार्ग मनुष्याला त्याकाळात अवगत होता, असे हॉब्ज प्रतिपादन करतो.

३) भावनाशुन्यता :

हॉब्जप्रणित निसर्ग अवस्थेतील मनुष्य हा भावनाशुन्य होता. सहकार्य व सहिष्णुता या गोष्टींचा त्याच्या ठिकाणी अभाव आढळून येतो. आपल्या अंतप्रेरणेने प्रेरित होऊन इतरांशी मैत्रीपूर्ण संबंध प्रस्थापित करणे, त्यास शक्य होत नव्हते. या काळातील, मनुष्य हा एकलकोंडा फक्त स्वत:चा विचार करणारा व सतत बेचैन मन:स्थितीत वावरणारा होता.

४) बुद्धी व विवेकाचा अभाव :

हॉब्जच्या मतानुसार, निसर्ग अवस्थेतील मनुष्याकडे बुद्धि व विवेक यांचा अभाव होता. त्यामुळेच मनुष्यास याकाळात स्वत:वर नियंत्रण ठेवणे जमत नव्हते. चांगले- वाईट याची समज त्याला नसल्यामुळे, तो परिणामांचा विचार न करता कृती करत असे. सांघिकरित्या एकत्र राहणे ही समाजशील भावना बुद्धीच्या अभावामुळेच त्याच्यात निर्माण होऊ शकली नाही.

ब) मानवी स्वभावविषयक विचारांवरील टीका :

थॉमस हॉब्जच्या मानवी स्वभावावर पुढील टीका केल्या जातात :

१) मानवी स्वभावाचा अती निराशावादी दृष्टिकोन :

समीक्षकांचा असा युक्तिवाद आहे की हॉब्जचे मानवी स्वभावाचे स्वार्थी आणि हिंसेला प्रवण असे चित्रण अत्यंत निराशावादी आहे. कारण लोक सहकार्य, सहानुभूती आणि परोपकार करण्यास सक्षम आहेत हे तो विसरतो. व्यक्ती केवळ स्वार्थाने चालते हा दृष्टिकोन मानवी वर्तनाची गुंतागुंत आणि मानवी नातेसंबंधांच्या सकारात्मक पैलूंकडे दुर्लक्ष करतो.

२) सामाजिक बंधनांना कमी लेखणे :

समीक्षकांचे म्हणणे आहे की हॉब्जने मानवी वर्तनाला आकार देण्यासाठी सामाजिक बंधने, नातेसंबंध आणि समुदायाची भूमिका कमी लेखली आहे. केवळ स्व-संरक्षणापलीकडे परस्पर फायद्यासाठी व्यक्तींनी जोडणी आणि सहकार्य करण्याच्या क्षमतेकडे त्यांनी मोठ्या प्रमाणावर दुर्लक्ष केले. कौटुंबिक, मैत्री आणि सामाजिक संबंधांचे महत्त्व वर्तनावर प्रभाव पाडण्यासाठी त्याच्या दृष्टीकोनातून अनेकदा दुर्लक्ष केले जाते.

३) मर्यादित ऐतिहासिक आणि सांस्कृतिक संदर्भ :

इग्लंडमधील गृहयुद्ध आणि त्याच्या नंतरच्या घटनांसह त्याकाळातील ऐतिहासिक संदर्भानुसार हॉब्जचे विचार आकाराला आले. समीक्षकांचा असा युक्तिवाद आहे की त्याचे विश्लेषण विविध ऐतिहासिक कालखंड आणि सांस्कृतिक संदर्भांमध्ये सर्वत्र लागू होऊ शकत नाही. मानवी वर्तनावर सांस्कृतिक नियम, धार्मिक श्रद्धा आणि आर्थिक व्यवस्था यासारख्या विविध घटकांचा प्रभाव असू शकतो.

४) नैतिक विचारांकडे दुर्लक्ष :

हॉब्जचे स्वार्थ आणि सत्ता गतिशीलतेवर लक्ष केंद्रित केल्यामुळे त्याने नैतिक विचार आणि नैतिक मूल्यांकडे दुर्लक्ष केले जे मानवी परस्परसंवादात भूमिका बजावतात. समीक्षकांचा असा युक्तिवाद आहे की व्यक्ती अनेकदा नैतिक तत्त्वांवर आणि न्यायाच्या भावनेवर आधारित कार्य करतात, अशा परिस्थितीतही जेव्हा वैयक्तिक हितसंबंध थेट धोक्यात नसतात.

५) हुकूमशाही परिणाम :

निरपेक्ष शक्तीसह मजबूत केंद्रीय प्राधिकरणाच्या आवश्यकतेवर हॉब्जच्या जोरामुळे हुकूमशाहीच्या संभाव्यतेबद्दल आणि वैयक्तिक अधिकारांच्या दडपशाहीबद्दल चिंता निर्माण झाली आहे. समीक्षकांना काळजी वाटते की त्याचे विचार अनियंत्रित सरकारी नियंत्रणास औचित्य प्रदान करू शकतात आणि सुव्यवस्था राखण्याच्या नावाखाली वैयक्तिक स्वातंत्र्य मर्यादित करू शकतात.

६) विविधतेला संबोधित करण्यात अयशस्वी :

हॉब्जचे विश्लेषण मानवी अनुभव, दृष्टीकोन आणि प्रेरणा यांच्यातील विविधता मान्य न करता मानवी वर्तनाचे सामान्यीकरण करते. समीक्षकांचा असा युक्तिवाद आहे की भिन्न व्यक्ती आणि गट वेगवेगळ्या प्रमाणात स्वार्थ, आक्रमकता किंवा सहकार्य दर्शवू शकतात आणि हे बारकावे त्याच्या विचारात पुरेशा प्रमाणात संबोधित केलेले नाहीत.

७) अनुभवजन्य पुराव्यांचा अभाव :

हॉब्जचे मत मोठ्या प्रमाणात सत्ता आणि सैद्धांतिक होते. निसर्गाच्या स्थितीत मानवी वर्तनाबद्दलच्या त्यांच्या दाव्यांचे समर्थन करण्यासाठी अनुभवजन्य पुराव्यांचा अभाव होता. समीक्षकांचा असा युक्तिवाद आहे की त्याच्या कल्पनांना अधिक अनुभवजन्य प्रमाणीकरण किंवा वास्तविक-जगातील निरीक्षणांशी तुलना केल्यास फायदा होईल.

२.३ निसर्ग अवस्थेविषयक विचार :

सामाजिक करार सिद्धांताची मांडणी करण्यापूर्वी, हॉब्जने निसर्ग अवस्थेचे स्पष्टीकरण दिले आहे. राज्याच्या निर्मितीपूर्वी जी अवस्था अस्तित्वात होती त्यास हॉब्ज 'निसर्ग अवस्था' असे म्हणतो.

अ) निसर्ग अवस्थेविषयक विचार :

हॉब्जचे निसर्ग अवस्थेबाबतचे विचार पुढील मुद्यांच्या आधारे स्पष्ट करता येतील :

१) संघर्षाचे वातावरण :

हॉब्जच्या मतानुसार, निसर्ग अवस्था ही संघर्षाची अवस्था होती. या अवस्थेत सहकार्याचा अभाव होता. मनुष्य स्थार्थी असल्यामुळे त्याचा सातत्याने इतरांशी संघर्ष सुरू होता. या अवस्थेत कुणाचेही कुणावर नियंत्रण नसल्याने सर्वत्र संघर्षाचे वातावरण होते. मनुष्य एकमेकांवर रानटीपणाने आक्रमण करत असे. आक्रमक प्रवृत्तीमुळे शांतता टिकून राहू शकत नव्हती. त्यामुळे 'प्रत्येकाचे प्रत्येकासोबत युद्ध' अशी ही भयानक अवस्था होती.

२) नियंत्रणाचा अभाव :

इतरांवर नियंत्रण ठेवू शकेल अशी कोणतीही सत्ता याकाळात अस्तित्वात नव्हती. त्यामुळे मनुष्य स्वैराचारी प्रवृत्तीने वागत असे. स्वत:चा स्वार्थ टिकवून ठेवण्यासाठी प्रत्येकजण पाशवी प्रवृत्तीने आपल्या हक्कांचा वापर करत. कुठलीही व्यक्ती एवढी बलवान नव्हती, की जी दुसऱ्यावर नियंत्रण ठेवू शकेल. तसेच कुठली ही व्यक्ती एवढी दुबळी नव्हती, की जी इतरांना त्रास नाही देवू शकणार. नियंत्रणाच्या अभावी शांतता भंग पावलेली होती.

३) तर्कशून्य प्रवृत्ती :

हॉब्जप्रणीत निसर्ग अवस्था, ही मनुष्याच्या तर्कशून्य प्रवृत्तीवर आधारलेली होती. सुरक्षिततेची इच्छा, काहीही प्राप्त करण्याची इच्छा, सन्मान व यश प्राप्तीची इच्छा यांसारख्या प्रवृत्तीमुळे मनुष्यांचा परस्परांवरील अविश्वास वाढत गेला व युद्धजन्य परिस्थिती निर्माण झाली. दया, सहकार्य, सहानुभूती यांचा लवलेशही मानवी जीवनात नव्हता. तर द्वेष व मत्सर याच प्रवृत्ती बळावलेल्या होत्या.

४) अराजकता :

हॉब्जच्या मतानुसार, निसर्ग अवस्था ही अराजकतेवर आधारलेली होती. निसर्ग अवस्थेत मनुष्य भुकेल्या लाडग्यांप्रमाणे इतरांवर तुटुन पडत होता. परस्परांशी होणाऱ्या सततच्या संघर्षामुळे मानवाचे जीवन अल्पजीवी,

घृणास्पद, दरिद्री व पशुतुल्य बनले होते. मनुष्य सतत भिती व मरणाच्या छायेत वावरत होता. थोडक्यात, नियंत्रणाच्या अभावामुळे 'बळी तो कान पिळी' हा नियम लोक या अवस्थेत पाळत होते.

अशा प्रकारे, हॉब्जने निसर्ग अवस्थेचे अत्यंत नकारात्मक चित्रण प्रस्तुत केले आहे. अशी ही दु:सहय परिस्थिती नष्ट करून शांतता, सुव्यवस्था आणि सुरक्षितता प्रस्थापित करण्यासाठी, एका सामर्थ्यशाली सत्तेची आवश्यकता लोकांना नितांतपणे जाणवू लागली असे हॉब्ज प्रतिपादन करतो.

ब) निसर्ग अवस्थेविषयक विचारांवरील टीका :

निसर्ग अवस्थेविषयक विचारांवरील टीका पुढीलप्रमाणे आहेत :

१) साधेपणा आणि अवास्तव गृहितक :

समीक्षकांचा असा युक्तिवाद आहे की निसर्गाच्या अवस्थेचे हॉब्जचे चित्रण मानवी वर्तनाबद्दल अत्याधिक साध्या गृहितकांवर अवलंबून आहे. केवळ स्वार्थाने चाललेल्या व्यक्तींचे त्याचे चित्रण मानवी प्रेरणा, भावना आणि परस्परसंवादात भूमिका बजावणाऱ्या नैतिक विचारांच्या जटिलतेकडे दुर्लक्ष करते.

२) सहकार आणि परोपकाराकडे दुर्लक्ष :

प्राथमिक टीकांपैकी एक अशी आहे की हॉब्जने सहकार्य, परोपकार आणि सहानुभूती यासाठी मानवांची क्षमता कमी लेखली आहे. मानववंशशास्त्र आणि मानसशास्त्रातील संशोधन असे सूचित करते की सहकार्य हा मानवी स्वभावाचा एक मूलभूत पैलू आहे, हॉब्जच्या प्रतिपादनाला आव्हान दिले की व्यक्ती केंद्रीय अधिकाराशिवाय सतत संघर्षात राहतील.

३) ऐतिहासिक पुराव्यांचा अभाव :

हॉब्जची निसर्ग स्थिती ही त्याच्या दाव्यांचे समर्थन करण्यासाठी अनुभवजन्य पुराव्याशिवाय एक काल्पनिक रचना आहे. समीक्षकांचा असा युक्तिवाद आहे की पूर्व-सामाजिक मानवी वर्तनाबद्दलच्या त्याची गृहीतके भाकिते आहेत आणि ऐतिहासिक किंवा पुरातत्व माहितीद्वारे प्रमाणित केले जाऊ शकत नाहीत.

४) ऐतिहासिक आणि सांस्कृतिक विविधता :

समीक्षकांनी लक्ष वेधले की हॉब्जची निसर्ग स्थिती ऐतिहासिक संदर्भ आणि सांस्कृतिक पद्धतींच्या विविधतेचा हिशेब न ठेवता सार्वत्रिक मानवी स्वभाव गृहीत धरते. काळ आणि संस्कृतींमधील विविध समाजांनी सामाजिक संघटना आणि सहकार्याचे विविध प्रकार प्रदर्शित केले आहेत.

५) संघर्ष निराकरणाचे अपुरे स्पष्टीकरण :

समीक्षकांचे म्हणणे आहे की निसर्गाच्या अवस्थेत संघर्ष कसे सोडवले जातील याचे हॉब्ज पुरेसे स्पष्टीकरण देत नाहीत. तो सर्वांच्या विरुद्ध सर्वांचे युद्ध यावर जोर देत असताना, तो प्रशासकीय अधिकाराशिवाय विवाद सोडवण्याच्या यंत्रणेकडे लक्ष देत नाही.

६) सांस्कृतिक उत्क्रांतीकडे लक्ष देण्यात अयशस्वी :

निसर्गाच्या स्थितीची हॉब्जची संकल्पना कालांतराने सांस्कृतिक उत्क्रांती आणि सामाजिक विकासाच्या कल्पनेकडे दुर्लक्ष करते. समीक्षकांचा असा युक्तिवाद आहे की मानवी समाजांनी जटिल नियम, संस्था आणि शासन प्रणाली विकसित केली आहे जी निसर्गाच्या शाश्वत संघर्षाच्या स्थितीला आव्हान देतात.

७) नैतिक परिणाम :

हॉब्जच्या निसर्ग संकल्पनेचे नैतिक परिणाम आहेत जे विवादास्पद आहेत. समीक्षकांचा प्रश्न आहे की मानवी स्वभावाचे अंधुक चित्रण आणि एक शक्तिशाली सार्वभौम सत्तेचा संभाव्य गैरवापर आणि सुव्यवस्थेच्या नावाखाली वैयक्तिक अधिकारांचे दडपशाहीचे समर्थन करते.

८) रुसोचा पर्यायी दृष्टीकोन :

जीन-जॅक रुसो यांनी त्यांच्या कामात निसर्गाच्या स्थितीचा पर्यायी दृष्टिकोन मांडला. त्यांनी असा युक्तिवाद केला की मानव जन्मतःच चांगला आणि सहकारी असतो, परंतु सामाजिक संस्था त्यांचे वर्तन भ्रष्ट करतात. रुसोचा दृष्टीकोन हॉब्जच्या मानवी स्वभावाबद्दलच्या नकारात्मक दृष्टिकोनाला आव्हान देतो.

२.४ नैसर्गिक हक्कविषयक विचार :

थॉमस हॉब्जचे नैसर्गिक हक्कांबद्दलचे मत जॉन लॉक सारख्या इतर अनेक तत्त्ववेत्त्यांच्या मतांपेक्षा वेगळे आहेत, ज्यांनी असा युक्तिवाद केला की व्यक्तींना जन्मजात हक्क आहेत ज्यांचे सरकारद्वारे संरक्षण केले पाहिजे. नैसर्गिक हक्कांबद्दलचा हॉब्जचा दृष्टीकोन हा त्याच्या एकूण राजकीय तत्त्वज्ञानाचा एक मध्यवर्ती पैलू आहे आणि निसर्ग अवस्था, सामाजिक करार आणि सरकारच्या भूमिकेच्या त्याच्या विश्लेषणाशी जवळून जोडलेला आहे. नैसर्गिक हक्कांबद्दल हॉब्जच्या मतांचे स्पष्टीकरण पुढील मुद्यांच्या आधारे देता येईल :

१) निसर्ग अवस्थेत नैसर्गिक अधिकारांची अनुपस्थिती :

लॉक आणि इतर विचारवंतांच्या विपरीत, ज्यांना समाजापासून स्वतंत्रपणे नैसर्गिक अधिकारांच्या अस्तित्वावर विश्वास होता, हॉब्जने निसर्गाच्या अवस्थेतील व्यक्तींना कोणतेही नैसर्गिक अधिकार दिले नाहीत. त्याने असा युक्तिवाद केला की संघटित समाज आणि सरकारच्या अनुपस्थितीत, नैसर्गिकरित्या किंवा स्वाभाविकपणे हमी दिलेले कोणतेही अधिकार नाहीत.

२) सामाजिक करारातून प्राप्त झालेले अधिकार :

हॉब्जची हक्कांची संकल्पना त्याच्या सामाजिक कराराच्या सिद्धांताशी जवळून जोडलेली आहे. त्याचा असा विश्वास होता की निसर्गाच्या अवस्थेतील अंतर्निहित धोके आणि संघर्षांपासून वाचण्यासाठी व्यक्ती स्वेच्छेने सामाजिक करारात प्रवेश करतात. या करारामध्ये, व्यक्ती सुरक्षितता आणि संरक्षणाच्या बदल्यात त्यांचे काही स्वातंत्र्य आणि अधिकार केंद्रीय प्राधिकरणाकडे समर्पण करण्यास सहमत आहेत.

३) सार्वभौमद्वारे प्रदान केलेले कृत्रिम अधिकार :

हॉब्जच्या सिद्धांतानुसार, व्यक्तींना असलेले अधिकार जन्मजात नसतात. त्याऐवजी ते सामाजिक कराराद्वारे स्थापित सार्वभौम अधिकाराने दिलेले कृत्रिम अधिकार आहेत. सुव्यवस्था राखण्यासाठी आणि संघर्ष रोखण्याच्या गरजेवर आधारित, सार्वभौम अधिकाऱ्यांना योग्य वाटेल तसे हे अधिकार निर्धारित करण्याचा आणि लागू करण्याचा अधिकार आहे.

४) अधिकृत आदेश म्हणून अधिकार :

हॉब्जसाठी, अधिकार हे मूलत: सार्वभौम सत्तेचे अधिकृत आदेश आहेत. सार्वभौम नियम आणि कायदे निश्चित करतो जे समाजातील व्यक्तींच्या वर्तनावर नियंत्रण ठेवतात. हे नियम परिभाषित करतात की व्यक्तींना काय

करण्यास परवानगी आहे किंवा काय करण्यास मनाई आहे, त्यांच्या अधिकार आणि स्वातंत्र्यांच्या व्याप्तीला आकार देतात.

५) हक्क आणि दायित्वे संतुलित करणे :

हॉब्जने सामाजिक कराराच्या अंतर्गत अधिकार आणि दायित्वांच्या परस्पर स्वरूपावर जोर दिला. व्यक्तींना सार्वभौम अधिकाराकडून संरक्षण आणि सुरक्षितता मिळते, परंतु सार्वभौम अधिकाराने ठरवलेल्या कायद्यांचे आणि निर्देशांचे पालन करणे देखील त्यांच्यावर बंधनकारक असते. हे संतुलन सामाजिक सुव्यवस्था आणि स्थिरता सुनिश्चित करते.

६) सामाजिक समरसतेच्या अधिकारांवर मर्यादा :

हॉब्जचा असा विश्वास होता की सार्वभौम अधिकार विशिष्ट अधिकार आणि स्वातंत्र्य मर्यादित करण्यासाठी आवश्यक आहेत, ज्यामुळे सामाजिक सौहार्द बाधित होऊ शकते आणि संघर्ष होऊ शकतो. मतभिन्नता टाळण्यासाठी आणि सुव्यवस्था राखण्यासाठी भाषण, संमेलन आणि वर्तनावर निर्बंध लादणारी सार्वभौम शक्ती आवश्यक आहे.

७) वैयक्तिक स्वातंत्र्यापेक्षा सुव्यवस्थेवर लक्ष :

मजबूत केंद्रीय अधिकाराच्या गरजेवर हॉब्जचा भर आणि संभाव्य संघर्षांचे दडपण त्याला वैयक्तिक स्वातंत्र्यापेक्षा सामाजिक व्यवस्थेला प्राधान्य देण्यास प्रवृत्त करते. त्याने असा युक्तिवाद केला की निसर्गाच्या अराजकतेच्या अवस्थेतून सुटण्यासाठी काही हक्कांची शरणागती आवश्यक आहे.

८) टीका आणि पर्याय :

हक्कांबद्दलच्या हॉब्जच्या दृष्टिकोनावर त्याच्या हुकूमशाही परिणामांसाठी आणि सरकारच्या जाचक नियंत्रणाचे संभाव्य समर्थन करण्यासाठी टीका केली गेली आहे. लॉक सारख्या इतर तत्त्वज्ञांनी सरकारची पर्वा न करता व्यक्तींना नैसर्गिक अधिकारांच्या अस्तित्वाची वकिली करून हॉब्जचा प्रतिकार केला.

२.५ सामाजिक करार सिद्धांत :

राजकीय विचारांच्या क्षेत्रात, सामाजिक करार सिद्धांताची मांडणी सर्वप्रथम थॉमस हॉब्जने केली. राज्याची निर्मिती दैवी शक्तीतून झालेली नाही. तसेच राज्य हे विकासाचे अपत्य नाही तर त्याची निर्मिती करारातून झाली, असे हॉब्जने प्रतिपादन केले व राज्य निर्मिती बाबतच्या तात्कालीन सिद्धांतांचे खंडन केले. त्यामुळे हॉब्जच्या सामाजिक करार सिद्धांताची माहिती जाणून घेणे आवश्यक आहे.

अ) सामाजिक कराराची कारणे :

हॉब्जने निसर्ग अवस्थेचे चित्रण प्रस्तुत केल्यानंतर सामाजिक करार करण्याची गरज का निर्माण झाली याचे स्पष्टीकरण दिले आहे.

१) निसर्ग अवस्थेतील असह्य परिस्थितीतून बाहेर पडण्यासाठी सामाजिक कराराची आवश्यकता होती.

२) शांतता व सुव्यवस्था प्रस्थापित करू शकेल, अशा सत्तेच्या निर्मितीसाठी करार करणे आवश्यक होते.

३) निसर्ग अवस्थेतील मनुष्यांना, आपल्या जीवनाच्या संरक्षणासाठी करार करण्याची आवश्यकता तीव्रतेने जाणवू लागली.

४) कायदा करू शकणाऱ्या व कायद्याचे उल्लंघन झाल्यास शिक्षा देऊ शकणाऱ्या एका नियंत्रित सत्तेसाठी करार करणे आवश्यक होते.

५) मनुष्याच्या नैसर्गिक हक्कांचे संरक्षण करू शकेल, अशा सत्तेच्या निर्मितीसाठी करार करण्यात आला.

६) मानवाच्या पाशवी प्रवृत्तींवर नियंत्रण ठेवण्यासाठी, एका सार्वभौम सत्तेच्या निर्मितीसाठी करार करण्यात आला.

ब) सामाजिक कराराचे स्वरूप :

हॉब्जच्या मतानुसार, अंधारमय नैसर्गिक अवस्थेतून बाहेर पडण्यासाठी लोकांनी एकत्र येऊन आपआपसात एक करार केला. या कराराद्वारे त्यांनी आपला जिवीताचा हक्क सोडून इतर सर्व हक्क एका सर्वोच्च सत्तेकडे सुपूर्त केले. प्रत्येक मनुष्याने स्वत:वर शासन करण्याच्या अधिकाराचा त्याग केला. लोकांनी आपले हक्क ज्या सत्तेकडे सुपूर्त केले. त्यातून राज्यसंस्था अस्तित्वात आली. हा करार लोकांनी आपआपसात केल्यामुळे राज्यसंस्था कराराचा भाग नाही. त्यामुळे कराराचे पालन करणे राज्यसंस्थेवर बंधनकारक नाही. म्हणजेच करारातून निर्माण झालेल्या राज्यसंस्थेत निरंकुश व सार्वभौम स्वरूपाचे अधिकार प्राप्त झाले. व्यक्तींच्या पाशवी शक्तींवर नियंत्रण ठेवण्यासाठी सर्व अधिकारांचे राज्यसंस्थेकडे केंद्रीकरण करण्यात आले. लोकांनी स्वत:च राज्यसंस्थेला आपल्यावर शासन करण्याचा अधिकार दिला आहे. त्यामुळे ते राज्यास विरोध करू शकत नाही. राज्यास विरोध करणे म्हणजे पुन्हा निसर्ग अवस्थेकडे परत जाणे होय, असे हॉब्ज म्हणतो.

क) सामाजिक कराराची वैशिष्ट्ये :

हॉब्जप्रणित सामाजिक करार सिद्धांताची वैशिष्ट्ये पुढीलप्रमाणे सांगता येतीलः

१) सार्वभौमत्व कराराचा भाग नाही :

सार्वभौमाची निर्मिती लोकांनी केली तरी हा सार्वभौम कराराचा एक पक्ष म्हणून मानला जात नाही. सार्वभौम हा करारातील पक्ष नाही तर ती करारातून निर्माण झालेली शक्ती आहे. हा करार होण्यापूर्वी सार्वभौम अस्तित्वातच नव्हता. त्यामुळे हा करार त्यावर बंधनकारक असू शकत नाही. सार्वभौम अस्तित्वात आला की लोकांचे अधिकार आपोआप नाहीसे होतात.

२) अंतिम स्वरूपाचा करार :

लोकांना हा करार भंग करता येत नाही. एकदा करार अस्तित्वात आला की तो लोकांवर बंधनकारक असतो. करार मोडणे म्हणजे पुन्हा भयानक निसर्गावस्थेकडे वळणे होय. सार्वभौमाची निर्मिती ही लोकांनी केलेली असल्याने, त्याच्या कोणत्याही कृती बद्दल तक्रार असू शकत नाही.

३) निरंकुश व अमर्याद सार्वभौम सत्ता :

सार्वभौम शक्तीवर कोणत्याही मर्यादा लादल्या जाऊ शकत नाहीत. कारण त्याची सत्ता निरंकुश व अमर्याद स्वरूपाची असते. त्यावर मर्यादा टाकणे म्हणजे सार्वभौमसत्तेच्या निर्मितीचा हेतूच विफल करणे होय. सार्वभौमावर कोणत्याही घटनात्मक मर्यादासुद्धा लादल्या जाऊ शकत नाही. सार्वभौमाला लोकांबरोबर करार करण्याचा प्रश्नच येत नाही. कारण सार्वभौम सर्व लोकांचे प्रतीक आहे. हॉब्जच्या सामाजिक करारात लोक किंवा लोकेच्छा हा शब्दच येत नाही. सार्वभौम बेकायदेशीर वागू शकत नाही कारण सार्वभौमाची कृती हाच कायदा असतो.

४) सार्वभौमत्वाची अचूकता :

सार्वभौमा लोकांना त्रासदायक व जाचक ठरू शकत नाही. कारण तो त्यांचा अधिकृत प्रतिनिधी असतो. त्याच्या कोणत्याही क्रिया किंवा निर्णय बेकायदेशीर असू शकत नाही. कारण तो स्वत:च कायद्याचा उगम असतो व कायद्याचा अर्थही तोच लावतो.

५) व्यक्तिजीवनावर नियंत्रण :

लोकांचे भाषण स्वातंत्र्य तो टिकवतो किंवा आवश्यकता भासल्यास तो हिरावूनही घेऊ शकतो. धोकादायक अशी मते प्रसृत होऊ लागली तर तो त्यांना पायबंद घालतो. सार्वभौमाला शिक्षा देण्याचा अधिकार लोकांना नाही.

६) मालमत्तेवर नियंत्रण :

मालमत्ता सार्वभौमाच्या इच्छेवर अवलंबून असते. मालमत्तेसंबंधी तो कोणतेही कायदे तयार करू शकतो. तो मालमत्ता हिरावून देखील घेऊ शकतो. तो युद्ध जाहीर करू शकतो व न्यायालयीन निर्णय देवू शकतो.

७) कर्तव्यदक्ष सार्वभौम सत्ता :

करार अस्तित्वात आल्यानंतर लोकांचे अंतर्गत व बहिर्गतदृष्ट्या संरक्षण करणे हे सार्वभौमाचे कर्तव्य ठरते. शांतता व सुरक्षितता स्थापन करणे हे तर कराराचे आधारस्थानच आहे. त्यासाठी त्यास योग्य ती उपाययोजना करावी लागते.

८) प्रतिकाराच्या हक्काचा अभाव :

सार्वभौमविरूद्ध बंड करण्याचा लोकांना अधिकार नसतो. फक्त आत्मसंरक्षणाच्या बाबतीत मात्र त्यांचा स्वत:चा अधिकार ते वापरू शकतात व प्रसंगी सार्वभौमाची अवज्ञा करण्याचासुद्धा त्यांना अधिकार आहे. इतर बाबतीत मात्र सार्वभौमाची अवज्ञा करण्याचा अधिकार त्यांना नाही. लोकांनी सार्वभौमाची अवज्ञा करणे म्हणजे करारभंग करण्यासारखे आहे. सार्वभौमाची सत्ता अमर्याद, सर्वव्यापी स्वरूपाची असते. त्या सत्तेला कोणीही आवाहन देऊ शकत नाही.

९) व्यक्तिस्वातंत्र्याचे निदर्शक :

लोकांचे स्वातंत्र्य दोन गोष्टीत अंतर्भूत आहे. **अ)** सार्वभौमशक्तीच्या आज्ञा पाळण्यामध्ये, **ब)** आत्मसंरक्षणाच्या अधिकारात, तसे पहिले तर सार्वभौम लोकांवर अन्याय करूच शकत नाही. उलट न्याय हा सार्वभौमाकडूनच प्राप्त होत असतो. लोकांनी करार मोडणे हीच अन्यायकारक बाब आहे.

१०) वैशिष्ट्यपूर्ण सत्ता :

सार्वभौम निरंकुश, अमर्याद अनियंत्रित व सर्वव्यापी स्वरूपाचा असते. ते कायद्याचा उगमस्थान व न्यायाचा झरा असते. करारात सहभागी नव्हते म्हणून अल्प मतवाले त्याच्याविरूद्ध वर्तन करू शकत नाहीत. सार्वभौमत्व अविभाज्य व अदेय स्वरूपाचे असते. त्याच्या बरोबरीची कोणतीही सत्ता राज्यात असू शकत नाही. मर्यादित सार्वभौमत्व ही कल्पनाच हॉब्जला मान्य नव्हती. लोकांकरीता काय योग्य व अयोग्य याचा निर्णय तोच घेतो. सार्वभौमावर कोणतीही बंधने नसतात.

ड) हॉब्जच्या सामाजिक करार सिद्धांतावरील टीका :

थॉमस हॉब्जच्या सामाजिक कराराच्या सिद्धांताने विविध तात्विक, नैतिक आणि व्यावहारिक दृष्टीकोनातून महत्त्वपूर्ण टीका आणि वादविवाद निर्माण केले आहेत.

१) मानवी स्वभावाचा निराशावादी दृष्टिकोन :

हॉब्जच्या सिद्धांताच्या प्राथमिक टीकांपैकी एक मानवी स्वभावाच्या त्याच्या निराशावादी दृष्टिकोनाभोवती फिरते. समीक्षकांचा असा युक्तिवाद आहे की केवळ स्वार्थासाठी आणि हिंसेला प्रवण असलेल्या व्यक्तींचे त्याचे चित्रण मानवी प्रेरणा आणि वर्तनाला दुर्लक्षित करते. हे दृश्य सहकार्य, सहानुभूती आणि नैतिक विचारांच्या क्षमतेकडे दुर्लक्ष करते जे मानवी परस्परसंवादांना देखील आकार देतात.

२) हुकूमशाही परिणाम :

पूर्ण नियंत्रण असलेल्या शक्तिशाली सार्वभौम अधिकारावर हॉब्जच्या जोरामुळे हुकूमशाहीच्या संभाव्यतेबद्दल चिंता वाढली आहे. समीक्षकांना काळजी वाटते की त्याचा सिद्धांत सामाजिक सुव्यवस्था आणि स्थिरता राखण्याच्या नावाखाली वैयक्तिक हक्क आणि स्वातंत्र्यांची सरकार दडपशाही करू शकते.

३) ऐतिहासिक पुराव्यांचा अभाव :

समीक्षकांचे म्हणणे आहे की हॉब्जच्या सामाजिक कराराच्या सिद्धांतामध्ये ज्या ऐतिहासिक प्रक्रियेद्वारे सामाजिक कराराचा उदय झाला त्याबद्दलच्या दाव्यांचे समर्थन करण्यासाठी प्रायोगिक पुरावे नाहीत. ठोस ऐतिहासिक उदाहरणांच्या अनुपस्थितीमुळे सिद्धांताचा पाया कमकुवत होतो आणि तो मोठ्या प्रमाणात भाकीत बनतो.

४) कराराचे प्रश्नार्थक ऐच्छिक स्वरूप :

काही समीक्षक या कल्पनेला आव्हान देतात की निसर्गाच्या अवस्थेतील व्यक्ती स्वेच्छेने त्यांचे अधिकार आणि स्वातंत्र्य सार्वभौम अधिकाराकडे का सोपवतील. त्यांचा असा युक्तिवाद आहे की ऐतिहासिक पुराव्याशिवाय किंवा स्पष्ट प्रोत्साहनांशिवाय, ऐच्छिक कराराची संकल्पना अवास्तव असू शकते.

५) भीती आणि स्वार्थ यावर जास्त भर :

समीक्षकांनी लक्ष वेधले की हॉब्ज सामाजिक करारात प्रवेश करण्याच्या प्राथमिक प्रेरणा म्हणून भीती आणि स्वार्थावर जास्त भर देतो. हे लक्ष इतर संभाव्य घटकांकडे दुर्लक्ष करते, जसे की नैतिक विचार, सामायिक मूल्ये, सामाजिक संबंध आणि सहकार्याची इच्छा.

६) नैतिक विचारांकडे दुर्लक्ष :

हॉब्जचा सिद्धांत मानवी वर्तन आणि सामाजिक परस्परसंवादात नैतिक विचारांची भूमिका कमी करतो. समीक्षकांचा असा युक्तिवाद आहे की व्यक्ती केवळ स्वार्थानेच नव्हे तर नैतिक तत्त्वे, न्यायाची भावना आणि निष्पक्षतेच्या इच्छेद्वारे देखील मार्गदर्शन करतात.

७) सहकार्याचे पर्यायी सिद्धांत :

काही समीक्षकांचे म्हणणे आहे की पर्यायी सामाजिक करार सिद्धांत, जसे की जॉन लॉक आणि जीन-जॅक रुसो यांनी प्रस्तावित केलेले, मानवी स्वभाव आणि सहकार्याबद्दल अधिक सूक्ष्म आणि आशावादी दृष्टीकोन प्रदान करतात. हे सिद्धांत सुव्यवस्था राखण्यासाठी निरपेक्ष अधिकाराच्या गरजेबद्दल हॉब्जच्या गृहितकांना आव्हान देतात.

८) वैयक्तिक स्वातंत्र्यावरील मर्यादा :

हॉब्जचा सिद्धांत सामाजिक समरसता आणि सुव्यवस्थेच्या नावाखाली वैयक्तिक स्वातंत्र्यावरील मर्यादांचे समर्थन करतो. समीक्षकांचा असा युक्तिवाद आहे की हे औचित्य संभाव्यत: असहमतांची दडपशाही आणि वैयक्तिक अधिकारांना गुदमरण्यास कारणीभूत ठरू शकते, विशेषत: जेव्हा सरकारचे अधिकार अनियंत्रित असतात.

९) सहकार्यासाठी अपुरे स्पष्टीकरण :

समीक्षक प्रश्न करतात की केवळ भीती आणि स्वार्थ हेच व्यक्तींना सहकार्य करण्यासाठी आणि सार्वभौम अधिकार स्थापित करण्यासाठी पुरेशी प्रेरणा नसते. त्यांचे म्हणणे आहे की इतर घटक, जसे की सामायिक मूल्ये, सांस्कृतिक मानदंड आणि ऐतिहासिक संदर्भ देखील सहकार्य वाढविण्यात महत्त्वपूर्ण भूमिका बजावू शकतात.

१०) सामाजिक करार निर्मितीवर सहमतीचा अभाव :

सामाजिक करार कसा तयार होतो आणि व्यक्ती त्याला सार्वत्रिकपणे कसे मान्य करतात यावर स्पष्ट एकमत नसल्यामुळे सिद्धांताची स्पष्टीकरण शक्ती कमकुवत होते. समीक्षकांचा असा युक्तिवाद आहे की हॉब्जचा सिद्धांत काल्पनिक परिस्थितींवर अवलंबून आहे जे मानवी परस्परसंवादातील गुंतागुंत अचूकपणे प्रतिबिंबित करू शकत नाहीत.

११) ऐतिहासिक पुराव्यांसोबत संघर्ष :

काही समीक्षकांचे म्हणणे आहे की हॉब्जचा सिद्धांत विविध समाजातील सरकारे आणि राजकीय अधिकाराच्या उदयाच्या ऐतिहासिक संदर्भांशी जुळत नाही. ऐतिहासिक संदर्भांची विविधता आणि शासन पद्धती त्याच्या सिद्धांताच्या सार्वत्रिकतेला आव्हान देतात.

२.६ सर्वभमत्वविषयक विचार :

थॉमस हॉब्जने आपल्या 'लेवियथन' या ग्रंथाद्वारे राज्यसंस्थेच्या निरंकुश सार्वभौमत्वाचे समर्थन केले आहे. त्याचे सार्वभौमत्व विषयक विचार पुढील मुद्यांच्या आधारे जाणून घेता येतील :

१) करारापासून मुक्त :

हॉब्जने ज्या सामाजिक कराराची मांडणी केली आहे, त्या करारापासून सार्वभौमसत्ता मुक्त आहे. म्हणजेच ती कराराचा भाग नाही. त्यामुळे करारातील तरतुदी सार्वभौम सत्तेवर बंधनकारक नाही. हा करार व्यक्ती- व्यक्तींमध्ये झालेला असल्याने तो व्यक्तींवर बंधनकारक आहे. थोडक्यात, सार्वभौम सत्ता करारापेक्षा श्रेष्ठ आहे.

२) निरंकुशता :

हॉब्जने निरंकुश सार्वभौमत्वाचा पुरस्कार केला आहे. त्याच्या मतानुसार, सार्वभौम सत्तेकडे सर्व अधिकारांचे केंद्रीकरण झालेले असते. सार्वभौम सत्ता अदेय, अविभाज्य व अमर्यादित आहे. राज्यातील अशी कुठलीही व्यक्ती नाही की, जी सार्वभौमत्वाच्या कक्षेपासून मुक्त राहू शकेल.

३) कायद्याचा स्त्रोत :

हॉब्जच्या मतानुसार, सार्वभौम सत्तेची आज्ञा हाच कायद्याचा प्रमुख स्त्रोत आहे. म्हणजेच कायद्याचे सार्वभौम सत्तेवर नियंत्रण नसते तर कायदा हाच सार्वभौम सत्तेची इच्छा आहे. कायद्यामध्ये सार्वभौम इच्छेची आज्ञा सामावलेली असल्याने, त्याचे पालन करणे सर्वांवर बंधनकारक असते.

४) व्यक्ती स्वातंत्र्याचा स्त्रोत :

हॉब्जने व्यक्ती स्वातंत्र्याचा स्त्रोत देखील सार्वभौम सत्तेला मानले आहे. कारण त्याच्या मतानुसार, सार्वभौम सत्ता व्यक्तीला जेवढे अधिकार देईल, तेवढेच अधिकार व्यक्तीला उपभोगता येतील. त्यामुळे व्यक्तीचे स्वातंत्र्य हे सार्वभौम सत्तेची देणगी आहे. सार्वभौम सत्तेच्या विरोधात कुठलेही अधिकार व्यक्तीस प्राप्त होत नाही.

५) नियंत्रण शक्ती :

हॉब्जच्या मते, सार्वभौम सत्तेकडे नियंत्रणाची शक्ती सामावलेली आहे. निसर्ग अवस्थेतील दुराचारी, अन्यायी, पशुतुल्य जीवन नष्ट करण्यासाठी सार्वभौम सत्तेची निर्मिती झालेली असल्याने ती व्यक्तीवर कोणतीही बंधने घालू शकते. कायदा व सुव्यवस्था प्रस्थापित करण्याच्या उद्देशाने देखील सार्वभौम सत्ता नियंत्रण ठेऊ शकते.

अशा प्रकारे, हॉब्जने अमर्याद सार्वभौमत्वाचा पुरस्कार केला आहे. त्यामुळे हॉब्जचे विचार व्यक्तीस्वातंत्र्या विरोधी वाटतात. मात्र, सार्वभौम सत्ता ही व्यक्तीची निर्मिती असल्याने व व्यक्तींच्या स्वातंत्र्य रक्षणासाठी ती निर्माण झाली असल्याने, तिला अमर्याद सत्ता बहाल करणे हॉब्जला आवश्यक वाटते, हे समजून घेतले पाहिजे.

सरावासाठी प्रश्न

प्र. १. दीर्घोत्तरी प्रश्न.

१) थॉमस हॉब्जच्या जीवनाचा आढावा घ्या.

२) हॉब्जचे निसर्ग अवस्थेविषयक विचार स्पष्ट करा.

३) हॉब्जच्या मानवी स्वभावविषयक विचारांचा आढावा घ्या.

४) हॉब्जचे सार्वभौमत्वविषयक विचार स्पष्ट करा.

५) हॉब्जच्या विचारांचे महत्त्व स्पष्ट करा.

६) हॉब्जचा सामाजिक करार सिद्धांत सविस्तर स्पष्ट करा.

७) हॉब्जच्या राजकीय विचारांचे मूल्यमापन करा.

प्र. २. टिपा लिहा.

१) हॉब्जच्या सामाजिक करार सिद्धांताची वैशिष्ट्ये.

२) हॉब्जप्रणित निसर्ग अवस्था.

३) हॉब्जचा मानवी स्वभावविषयक दृष्टिकोन.

प्रकरण ३

जॉन स्टुअर्ट मिल

- ३.१ मिलचे जीवन आणि कार्ये
- ३.२ स्वतंत्रविषयक विचार
- ३.३ प्रातिनिधिक शासनविषयक विचार
- ३.४ उपयुक्ततावादविषयक विचार
- ३.५ स्त्रियांच्या स्थितीबाबतचे विचार

प्रस्तावना :

जन्म : इ.स. १८०६

मृत्यू : इ.स. १८७३

महत्त्वाचे ग्रंथ: ऑन लिबर्टी, युटिलीटारीयाझम्, रिप्रेझेन्टेटिव्ह गव्हर्नमेन्ट, द सबजेक्सन ऑफ वूमन. इत्यादी.

राजकीय विचारांची परंपरा समृद्ध करण्यात जे. एस. मिलचे योगदान मोलाचे मानले जाते. कारण त्याचे बरेच विचार हे आजच्या काळातही प्रासंगिक वाटतात. मार्क्सने सर्वप्रथम उपयुक्ततावादाची चिकित्सा करून त्यात भर घातली. जेरेमी बॅन्थम यांनी 'अधिकतम लोकांचे अधिकतम सुख' हे जे उपयुक्ततावादी तत्त्व मांडले होते, त्यात मिलने सुधारणा घडवून आणली. मिलच्या मते, सुखामध्ये केवळ मात्रात्मक स्वरुपाचा फरक नसतो तर गुणात्मक स्वरुपाचा देखील फरक असतो. त्यामुळे सुखांचे मोजमाप करताना त्यापासून मिळणारा आनंद लक्षात घ्यायला हवा. मिलच्या विचारांचे वेगळेपण त्याच्या स्वातंत्र्यविषयक विचारातही बघावयास मिळते. मिलने माणसाच्या स्वसंबंधीच्या कृती व परसंबंधीच्या कृती यात फरक केला असून स्वसंबंधीच्या कृतीबाबत तो पूर्ण स्वातंत्र्याचा पुरस्कार करतो. मात्र, माणसाच्या ज्या कृतींचा परिणाम इतरांवर पडतो त्या कृतींवर मर्यादा प्रस्थापित करणे आवश्यक आहे असे मिलला वाटते. मिलने विचार स्वातंत्र्याबाबत देखील व्यक्तीच्या पूर्ण स्वातंत्र्याचा पुरस्कार केला. मिलने स्त्री-स्वातंत्र्याच्या संकल्पनेवरही प्रकाश टाकलेला दिसतो. प्रातिनिधिक शासनाबाबत मिलने मांडलेले विचार हे लोकशाहीच्या दृष्टीने महत्त्वाचे मानले जातात. त्याने लोकशाही व्यवस्थेतील दोष स्पष्ट करून त्यात सुधारणा घडवून आणण्यासाठी प्रातिनिधिक शासनाची संकल्पना मांडली. मिलच्या या सर्व विचारांची माहिती जाणून घेणे योग्य ठरेल.

३.१ मिलचे जीवन आणि कार्ये :

जॉन स्ट्युअर्ट मिल हा ब्रिटिश तत्त्वज्ञ, राजकीय अर्थशास्त्रज्ञ आणि प्रशासकीय सेवक होता. सामाजिक सिद्धांत, राजकीय सिद्धांत आणि राजकीय अर्थशास्त्र या क्षेत्रांमध्ये त्याने मोलाची भर घातली. नकारात्मक स्वातंत्र्याचा उद्गाता, प्रातिनिधिक लोकशाहीवादी आणि उपयुक्ततावादाचा पुनर्विचारक म्हणून तो ओळखला जातो.

३.१.१ जॉन स्टुअर्ट मिलचे जीवन :

जॉन स्टुअर्ट मिल हे (२० मे १८०६-८ मे १८७३) ब्रिटिश तत्त्वज्ञ, राजकीय अर्थशास्त्रज्ञ व उपयुक्ततावादाचे प्रभावी पुरस्कर्ते होते. त्यांचा जन्म लंडन येथे झाला. जेम्स मिल यांचे ते पुत्र होत. वडिलांच्या देखरेखीखाली त्यांचे शिक्षण झाले. त्याची हकीकत जॉन स्टुअर्ट मिल यांनी आपल्या आत्मचरित्रात दिली आहे.

१) सुरूवातीचा कालखंड :

वयाच्या तिसऱ्या वर्षी त्यांनी ग्रीक भाषेच्या आणि आठव्या वर्षी लॅटिन भाषेच्या अभ्यासाला सुरुवात केली. वयाच्या चवदाव्या वर्षापर्यंत इतिहास, अर्थशास्त्र, राज्यशास्त्र, तर्कशास्त्र, गणित आणि तत्त्वज्ञान या विषयांत त्यांनी अधिकार संपादन केला होता. बेंथॅम यांच्या सामाजिक व नैतिक तत्त्वज्ञानाचे ते अनुयायी झाले आणि समाजसुधारणेच्या कार्याला वाहून घेण्याचे त्यांनी ठरविले. त्यांनी १८२३ मध्ये ईस्ट इंडिया कंपनीच नोकरी पतकरली पण पार्लमेंटने कंपनीची सनद चालू ठेवायची नाही असा निर्णय घेतल्यानंतर मिल सेवेतून निवृत्त झाले (१८५८). १८६५ ते १८६८ या काळात ते वेस्टमिन्स्टरचे प्रतिनिधी म्हणून पार्लमेंटमध्ये होते.

२) कौटुंबिक जीवन :

मिल यांच्या जीवनातील एक महत्त्वाचा भाग म्हणजे हॅरिएट टेलर या विवाहीत स्त्रीशी असलेले त्यांचे भावनिक नाते. या दोघांचा १८३१ मध्ये परिचय झाला आणि त्याची लवकरच गाढ स्नेहात आणि 'फ्लेटॉनिक' प्रेमात परिणती झाली. हॅरिएट टेलर यांच्या बुद्धिमत्तेविषयी मिल यांना अतिशय आदर होता आणि आपल्या अनेक मतांचा उगम त्यांच्या आपल्यावरील प्रभावात आहे अशी त्यांची धारणा होती. १८४९ मध्ये हॅरिएट टेलर यांच्या पतीचे निधन झाले आणि त्यानंतर तीन वर्षांनी मिल यांनी त्यांच्याशी विवाह केला. १८५८ मध्ये त्या फ्रान्समध्ये व्हीन्यों येथे मृत्यू पावल्या. नंतर काही काळाने व्हीन्यों येथेच मिल निधन पावले.

३) आयुष्याचे तत्त्वज्ञान :

बेंथॅमप्रमाणेच ऑगस्त कॉम्त आणि सेंट सिमॉन या फ्रेंच विचारवंतांचाही त्यांच्यावर प्रभाव होता. विशेषतः समाजशास्त्र आणि सामाजिक इतिहास या क्षेत्रांतील मिल यांच्या मतांवर हा प्रभाव ठळकपणे दिसून येतो. मिल यांच्या पक्व मतांच्या घडणीमध्ये वड्स्वर्थ, कोलरिज इ. स्वच्छंदतावादी कवी आणि विचारवंत यांचाही महत्त्वाचा भाग होता. वयाच्या विसाव्या वर्षी विषण्णतेचा एक तीव्र झटका मिल यांना आला होता. वड्स्वर्थ यांच्या काव्याने त्यांना या कठीण प्रसंगातून तारले आणि त्यांच्या मनाला नवीन टवटवी आणि उभारी दिली. विचारांच्या तर्कशुद्धतेइतकेच भावनांच्या ताजेपणाला आणि कोमलपणाला मानवी जीवनता महत्त्वाचे स्थान असते, हा धडा मिल या अनुभवापासून कायमचा शिकले. सामाजिक परंपरा आणि धर्म यांच्याविषयीचा त्यांच्या उपयुक्ततावादाच्या नव्या मांडणीवरून जो दृष्टीकोन त्यांच्या प्रौढ वयातील लिखाणात व्यक्त होतो, त्यावरून हा धडा त्यांनी आत्मसात केला होता हे स्पष्ट होते.

३.१.२ जॉन स्टुअर्ट मिलचे कार्ये :

मिल यांचे 'सिस्टिम ऑफ लॉजिक' पुस्तक १८४३ मध्ये प्रसिद्ध झाले. अनुभववादी भूमिकेला अनुसरून तर्कशास्त्रातील सर्व समस्यांची सुसंगतपणे व्यवस्था कशी लावता येते हे दाखवून देणे हे या ग्रंथाचे मुख्य प्रयोजन आहे. 'ऑन लिबर्टी' हा मिल यांचा १८५९ मध्ये प्रसिद्ध झालेला निबंध अत्यंत प्रभावी आणि प्रसिद्ध ठरला आहे. त्याच्यात त्यांनी विचारस्वातंत्र्य आणि उच्चारस्वातंत्र्य यांचा पुरस्कार केला आहे. 'ऑन द सब्जेक्शन ऑफ विमेन' (१८७४) या निबंधात स्त्री स्वातंत्र्याचा आणि स्त्रियांना पुरुषांइतकीच आत्मविकासासाठी संधी असावी या मताचा मिल यांनी हिरिरीने पुरस्कार केला आहे. 'द प्रिन्सिपल्स ऑफ पोलिटिकल इकॉनॉमी' या त्यांच्या ग्रंथाची सात संस्करणे प्रसिद्ध झाली आहेत. मिल यांचे उत्तर उल्लेखनिय ग्रंथ पुढीलप्रमाणे : 'एसेज ऑन सम अन्सेटल्ड क्वेश्चन्स ऑफ पोलिटिकल इकॉनॉमी' (१८४४), 'थॉटस् ऑन पार्लमेंटरी रिफॉर्म' (१८५९), 'कन्सिडरेशन्स ऑन रिप्रेझेंटेटिव्ह गव्हर्न्मेंट' (१८६१), 'युटिलिटेरिनिझम' (१८६३), 'ऑगस्त कॉम्त अँड पॉझिटिव्हिझम' (१८६५), 'न एक्झामिनेशन ऑफ सर विल्यम हिमिल्टन्स फिलॉसॉकी' (१८६५), 'ऑटोबायॉग्राफी' (१८७३), 'थ्री एसेज ऑन रिलिजन' (१८७४), 'एसेज ऑन पॉलिटिक्स अँड कल्चर' (१९६२) इत्यादी.

१९ व्या शतकातील पाश्चिमात्य राजकीय विचारांच्या इतिहासात जे.एस.मिल यांचे विचार सर्वात जास्त स्वीकार्य ठरले आहेत. त्याचे कारण म्हणजे मिलच्या विचारांची आजच्या काळात आढळून येणारी प्रासंगिकता होय. मिलने पुरस्कृत केलेला बुद्धिवाद, उपयोगितावाद व मानवतावाद आजच्या काळात जागतिक विचार संप्रदायाचा भाग बनला आहे. २० व्या शतकातील पुरोगामी चळवळीला मिलच्या विचारांतून प्रोत्साहन प्राप्त झाले आहे. त्यामुळे मिलच्या विचारांचे मूल्यमापन करणे योग्य ठरेल. जे.एस.मिलच्या राजकीय विचारांचे मूल्यमापन पुढील चर्चेच्या आधारे करता येईल :

अ) मिलच्या विचारांचे महत्त्व :

मिलच्या विचारांचे महत्त्व पुढील मुद्यांच्या आधारे स्पष्ट करता येईल.

१) पुरोगामी विचार :

मिलचे राजकीय विचार हे पुरोगामी स्वरूपाचे आहेत. त्याने आपल्या विचारांची मांडणी करताना आदर्शवादापेक्षा व्यावहारिक बाजूवर अधिक भर दिला. राजकीय विश्वात जे मुद्दे महत्त्वाचे मानले जात, अशाच मुद्यांना मिलने आपल्या विश्लेषणाचा आधार बनविले. त्यामुळे त्याच्या विचारात कल्पकता किंवा आदर्श या गोष्टी आढळून येत नाहीत.

२) सुधारणात्मक विचार :

मिलच्या राजकीय विचारांचे महत्त्व म्हणजे त्याचे विचार हे केवळ स्पष्टीकरणात्मक नव्हते, तर ते सुधारणात्मक स्वरूपाचे होते. त्याने समकालीन राजकीय प्रश्नांची चर्चा करताना त्यांची सोडवणूक करण्यासाठीचे उपाय देखील सुचविले आहेत. बॅन्थमच्या उपयोगितावादात त्याने महत्त्वाच्या सुधारणा घडवून आणल्या. शिवाय लोकशाहीतील दोष स्पष्ट करून ते दूर करण्यासाठीचे उपाय देखील सुचविले आहेत.

३) शासनव्यवस्थेची मांडणी :

मिलने आपल्या विचारांद्वारे शासनव्यवस्थेविषयक विचारांची सविस्तरपणे मांडणी केली आहे. निवडणूक पद्धती, प्रमाणशीर प्रतिनिधित्व, संघराज्य रचना, द्वितीय सभागृह, वसाहतीची शासनव्यवस्था, स्थानिक शासन, कार्यपालिकेची रचना अशा कित्येक विषयांवर त्याने प्रकाश टाकला आहे. त्यामुळे आधुनिक काळात शासनव्यवस्थेचे स्वरूप निर्धारित करताना मिलचे विचार महत्त्वाचे ठरतात.

४) व्यक्तिस्वातंत्र्याचा पुरस्कार :

मिलने आपल्या विचारांद्वारे व्यक्तिस्वातंत्र्याचा जोरदार पुरस्कार केला आहे. समाजातील प्रत्येक व्यक्तीस स्वातंत्र्य प्राप्त व्हावे हा त्याचा अट्टाहास होता. शिवाय समाजव्यवस्थेच्या दृष्टीने स्वातंत्र्यावर काही बंधनांचा देखील मिलने स्वीकार केला आहे. स्त्रियांच्या दास्यमुक्तीसाठी व हक्कांसाठी मिलने उभारलेला वैचारिक लढा अविस्मरणीय आहे.

५) व्यक्ती व समाज यातील संबंध :

मिलने उपयोगितावादाची मांडणी करताना व्यक्ती व समाज यातील संबंध स्पष्ट केले आहेत. व्यक्तीचे सुख आणि समष्टीचे सुख यातील घनिष्ठ समरूपता मिलने स्पष्ट केली आहे. व्यक्तीचा विकास म्हणजेच समाजाचा विकास हे त्याच्या प्रतिपादनाचे मुख्य सूत्र होते. व्यक्तीच्या विकासाला मर्यादा असू नयेत, समाजाने त्यास पूर्ण वाव दयावा असे मिल स्पष्ट करतो. त्यामुळे त्याचे विचार महत्त्वाचे ठरतात.

ब) मिलच्या विचारांतील उणिवा :

जे.एस.मिलच्या राजकीय विचारात आढळून येणाऱ्या उणिवा पुढील मुद्यांच्या आधारे स्पष्ट करता येतील :

१) उपयोगितेवरील आक्षेप :

मिलने बॅन्थमच्या उपयोगितावादात बदल घडवून आणताना जे योगदान दिले त्यातून उपयोगितावादाचा गाभा नष्ट झाला आणि त्याची फक्त परिभाषाच शिल्लक राहिली, अशी टीका केली जाते. कार्लाइलने अत्यंत प्रखर स्वरूपात मिलच्या उपयोगितावादावर टीका केली आहे व त्याच्या विचारांतील उणिवा दाखवून दिल्या आहेत.

२) स्वातंत्र्याची विरोधाभासी संकल्पना :

मिलने स्वातंत्र्याची जी संकल्पना मांडली आहे, त्यात मोठ्या प्रमाणावर विसंगती आढळून येते. मिल एकाच वेळेस सकारात्मक व नकारात्मक अशा दोन्ही प्रकारच्या स्वातंत्र्याचा पुरस्कार करतो. त्यामुळे त्याचा विचार तितकासा स्पष्ट होत नाही. तसेच स्वातंत्र्याचा जो उत्कट पुरस्कार मिलने केला आहे, तो देखील टीकाकारांना आक्षेपाहार्य वाटतो. व्यक्तीच्या अपूर्व कल्पकतेशी स्वातंत्र्याची संकल्पना जोडून मिल स्वातंत्र्याच्या नावाखाली विक्षिप्त व तऱ्हेवाईक वर्तनाचे समर्थन करतो.

३) तार्किक संगततेचा अभाव :

मिलच्या विचारात तार्किक संगततेचा अभाव दिसून येतो. उच्च शिक्षितांना व संपत्तीधारकांना एकापेक्षा अधिक मते देण्याचा अधिकार असावा, खुल्या मतदान पद्धतीचा पुरस्कार करावा, संसद सदस्यांना वेतन नसावे, परतंत्र राष्ट्रांना सुसंस्कृत करणे ही प्रगत पाश्चिमात्य राष्ट्रांची जबाबदारी असते अशा विविध विचारांबाबत ही असंगतता आढळून येते. त्यामुळे त्याचे विचार टीकेचा विषय ठरले आहेत.

४) व्यक्तिवादास झुकते माप :

मिलच्या विचारांद्वारे व्यक्तिवादास झुकते माप देण्यात आले आहे. त्याच्या प्रत्येक विचारात व्यक्तिस्वातंत्र्याच्या संकल्पनेस महत्त्वाचे मानून स्पष्टीकरण देण्यात आले आहे. त्यामुळे व्यक्तिस्वातंत्र्यासाठी तो अनेक महत्त्वाच्या प्रश्नांकडे दुर्लक्ष करतो. व्यक्ती व समाज यातील संबंध स्पष्ट करताना देखील त्याचा व्यक्तिवादाकडे असणारा कल दिसून येतो.

अशा प्रकारे मिलच्या राजकीय विचारांवर अनेक टीका होताना दिसतात. अर्थात्, या सर्व टीका निरर्थक आहेत असे म्हणून त्यांच्याकडे दुर्लक्ष करता येत नाही. मात्र, या टीकांची दखल घेऊनही मिलच्या विचारांचे महत्त्व कमी होत नाही. त्याचे विचार हे आजच्या काळात ही प्रासंगिक वाटतात. १९ व्या शतकाच्या पूर्वार्धात त्याच्याच विचारांचा प्रभाव राजकीय चिंतनाच्या क्षेत्रात निर्माण झालेला होता.

३.२ स्वतंत्रविषयक विचार :

स्वातंत्र्य म्हणजे स्वैराचार नव्हे. व्यक्तीला आपले हित व अहित कशात आहे याची स्पष्ट जाणीव असते. व्यक्तीचा समाजमान्य वर्तनाकडे कल असतो. राज्य व समाज या दोन्ही घटकांनी व्यक्तीवर कोणत्याही प्रकारची बंधने लादू नयेत असे मत मिल यांनी मांडले व 'Essay on Liberty' या ग्रंथात स्वातंत्र्याविषयी दृष्टिकोन व्यापक स्वरूपात मांडला. जे. एस. मिल यांनी स्वातंत्र्याचे वर्गीकरण विचारस्वातंत्र्य व आचारस्वातंत्र्य या दोन भागात केलेले आहे. विचारस्वातंत्र्य हे पूर्णपणे बंधनमुक्त असते. मात्र, आचारस्वातंत्र्यावर काही प्रमाणात बंधने असतात असे मत त्याने व्यक्त केले. मिलने स्वातंत्र्याचे केलेले वर्गीकरण पुढील प्रमाणे स्पष्ट करता येते.

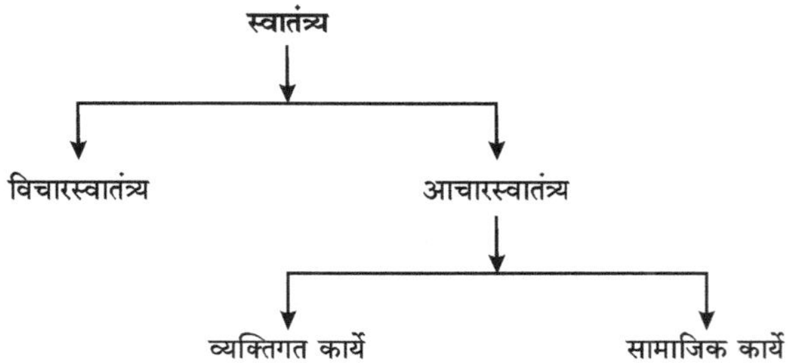

अ) विचारस्वातंत्र्य :

विचारस्वातंत्र्य या संकल्पनेत मिल याने प्रामुख्याने भाषण स्वातंत्र्याचा समावेश केलेला आहे. भाषण स्वातंत्र्यावर राज्याचे तसेच समाजाचे कोणतेही बंधन मिलला मान्य नाही. विचारस्वातंत्र्य असेल तरच मानवाला खऱ्याखुऱ्या अर्थाने प्रगती करता येईल. सत्याचा शोध घेण्यासाठी विचारस्वातंत्र्याची आवश्यकता असते. प्रत्येक व्यक्तीचे मत संपूर्णतः खरे किंवा खोटे असत नाही तसेच त्यात अर्धसत्य असते. मानवाची सर्वांगीण प्रगती साधायची असेल, तर खऱ्या विचारांची नितांत आवश्यकता आहे. समाज नीतियुक्त व खऱ्या अर्थाने सत्यार्थी व्हायचा असेल तर व्यक्तिस्वातंत्र्याची अपरिहार्यता मिलने व्यक्त केली. वैचारिक स्वातंत्र्यासाठी व्यक्ती खऱ्या अर्थाने मुक्त असावी. व्यक्ती शहाणी, मूर्ख असो तिचे विचार सत्य, असत्य असोत अशा विचारांवर समाजाने व राज्याने बंधन घालणे हे निश्चितच शहाणपणाचे असणार नाही असे मत मिलने व्यक्त केले. मानवाच्या मतांची आणि विचारांची मुस्कटदाबी करणे म्हणजेच वर्तमानातील व भविष्यातील पिढ्यांना स्वत्वाच्या एका अंशापासून दूर ठेवणे असे मत जे. एस. मिल याने व्यक्त केले. विचारस्वातंत्र्याबद्दलचे मत स्पष्ट करताना मताचा आधार म्हणून त्याने खालील घटकांचा विचार केलेला आहे. थोडक्यात, विचारस्वातंत्र्याची गरज व्यक्त करताना काही कारणे नमूद केलेली आहेत.

१) सामाजिक हित जोपासणे :

सॉक्रेटिस हा श्रेष्ठ तत्त्वज्ञानी होता. त्याने स्वातंत्र्याबद्दलची जी मते मांडली ती तत्कालीन समाजाला मान्य नव्हती. सॉक्रेटिसला अनैतिक मानले गेले व देहदंडाची शिक्षा दिली गेली. तशीच अवस्था येशू ख्रिस्ताची झाली. येशूचे महान विचार असून देखील तत्कालीन समाजाने त्याला स्विकारले नाही त्याला क्रुसावर चढवले. आज आपण येशूला ईश्वराचा अवतार मानतो. म्हणजेच ज्या तत्त्ववेत्यांची निर्भत्सना, अवहेलना करण्यात आली त्यांचेच विचार समाजाचे कल्याण करणारे ठरले. सॉक्रेटिस आणि येशू यांच्या विचारांची मुस्कटदाबी झाली. परिणामतः समाजाचे मोठ्या प्रमाणावर नुकसान झाले. समाजाचे कोणतेही नुकसान होऊ नये, सामाजिक हितास बाधा पोहोचू नये म्हणून प्रत्येक व्यक्तीला विचारस्वातंत्र्य असणे अतिशय गरजेचे आहे.

२) अन्याय निवारण :

विचारस्वातंत्र्यावर बंधन आणणे म्हणजे सत्याला दडपणे. समाजातील एखादा विचार हा अनेकांना मान्य आहे याचा अर्थ तो विचार सत्य आहे असेही म्हणता येणार नाही. सूर्य हा पृथ्वीभोवती फिरतो असा विचार सतराव्या शतकात मांडला गेला होता व त्या विचाराला समाजमान्यता होती; परंतु वैज्ञानिक दृष्टिकोनातून पाहिले तर हा विचार असत्य होता. गॅलिलिओने सूर्य हा पृथ्वीभोवती फिरतो असे नसून पृथ्वी सूर्याभोवती फिरते असा विचार मांडला. परिणामी, इटलीतील समाजाने गॅलिलिओच्या मताला असत्य ठरवले व त्याला शिक्षा दिली. म्हणजेच समाजाने त्याच्यावर घोर अन्याय केला. अन्याय दूर करण्यासाठी, अन्यायाचे निवारण करण्यासाठी प्रत्येक व्यक्तीला विचारस्वातंत्र्य असणे आत्यंतिक गरजेचे आहे.

३) सत्यतेची पडताळणी / जाणीव :

सत्य हे सर्वव्यापी व सर्वसमावेशक असते. समाजातील कोणत्याही घटकाची सत्यावर मालकी नसते. सत्याला असंख्य पैलू असतात व सत्य हे विराट आहे. अशा विराट सत्याचा एखादा पैलू सत्य आहे असे म्हणने म्हणजे एक हत्ती व चार आंधळे या कथेसारखे असेल. सत्य नेमके काय आहे याची जाणीव करून घ्यायची असेल, तर विविध प्रकारचा दृष्टिकोन स्विकारणे अत्यंत गरजेचे आहे. दृष्टिकोनात जरी विविधता आढळली तरी त्यात परस्परपूरकता असते हे सत्य नाकारुन चालणार नाही. म्हणजेच सत्याची जाणीव होण्यासाठी विचारस्वातंत्र्याची गरज आहे.

४) सत्याचे बळकटीकरण :

मिलच्या मते, ''सत्याला उजाळा देण्यासाठी व सत्य अधिक बळकट करण्यासाठी विचारस्वातंत्र्याची गरज आहे.'' सत्याची पारख होण्यासाठी, नेमके सत्य काय आहे याची जाणीव होण्यासाठी समाजात वादविवाद होणे गरजेचे आहे. जेव्हा अग्नीतून तावून, सुलाखून निघाल्यानंतर सोने शुद्ध होते तशीच परिस्थिती सत्याची आहे. थोडक्यात, वादविवाद, विचारविनिमय यातूनच सत्य उजळून निघते, त्याचे बळकटीकरण होते. थोडक्यात, सत्याचे बळकटीकरण होण्यासाठी विचारस्वातंत्र्याची आवश्यकता आहे.

सत्याची महती सांगण्यासाठी मिलने डार्विनच्या सिद्धान्ताला आधार मानले. तर्करूपी संघर्षात जो विचार विजयी होतो, सर्वमान्य होतो तोच विचार अंतिम सत्य असतो असे मत मिलने मांडले.

५) सरकारच्या नियंत्रणातून मुक्तता :

सरकारच्या अत्याचारी तसेच दुष्ट नियंत्रणापासून मुक्तता मिळविण्यासाठी जनतेला विचारस्वातंत्र्य दिले गेले पाहिजे असे मत एकोणिसाव्या शतकात विविध विचारवंतांनी मांडलेले होते; पण लोकशाही प्रणालीत विकास प्रक्रियेत बहुमताची हुकूमशाही असते असे मत मिलने व्यक्त केले आहे. राज्याप्रमाणे समाज देखील अत्याचार करत असतो रीतिरिवाज, रुढी-परंपरा, निंदा-नालस्ती यांच्या वापराने समाज व्यक्तीच्या विकासात अडथळा बनतो. हा अडथळा दूर करण्यासाठी व्यक्तिस्वातंत्र्याची आवश्यकता आहे असे मत जे. एस. मिल याने व्यक्त केले.

ब) आचारस्वातंत्र्य :

कोणताही विचार हा आचारात उतरला तरच त्याला निश्चित असा अर्थ प्राप्त होतो. जसा विचार तसा आचार झाला तर व्यक्तीची म्हणजेच समाजाची, पर्यायाने राष्ट्राची प्रगती होऊ शकते. मिल याने आचारस्वातंत्र्याला कृतीस्वातंत्र्य असेही संबोधले आहे. इतरांच्या आज्ञा पाळल्या, तर व्यक्ती कायमचा गुलाम बनतो. हे टाळण्यासाठी मिलने आचारस्वातंत्र्याचा पुरस्कार केलेला आहे. मात्र, संपूर्णपणे आचारस्वातंत्र्य असावे असे मत मिलने मांडलेले नसून मनात नसताना का होईना काही प्रमाणात राज्याकडून व्यक्तीच्या वर्तनावर बंधन घालणे मान्य केले.

१) प्रकार :

मिलने आचारस्वातंत्र्याचे दोन प्रकार मांडले आहेत :

i) व्यक्तिगत कार्ये :

ज्या कार्यांचा इतरांवर चांगला किंवा वाईट प्रभाव पडत नाही. जो काही प्रभाव पडतो तो त्या व्यक्तीपुरताच मर्यादित असतो अशा कार्याला, व्यक्तिगत कार्य म्हणून संबोधले जाते. व्यक्तिगत कार्याला स्वसंबंधाचे कार्य असेही म्हणतात. शिक्षण घेणे, कला शिकणे ही व्यक्तिगत कार्ये आहेत. तसेच जुगार खेळणे, मद्यपान करणे ही देखील कार्ये व्यक्तिगत स्वरुपाची आहेत. अशा व्यक्तिगत कार्यासाठी व्यक्तीला संपूर्णपणे स्वातंत्र्य मिळणे आवश्यक आहे. व्यक्तिगत कार्यावर जर का राज्याचे बंधन असेल तर व्यक्तिस्वातंत्र्याचा संकोच होईल.

ii) सामाजिक कार्ये :

व्यक्तीकडून जी विशिष्ट कार्ये केली जात असतात त्यांचा परिणाम जर इतरांवर पडला, तर अशा कार्याला 'सामाजिक कार्ये' असे म्हणतात. प्रत्येक व्यक्ती स्वातंत्र्यप्रिय असते. इतरांच्या स्वातंत्र्यात हस्तक्षेप केला नाही तरच आपले स्वातंत्र्य अबाधित राहू शकते याची जाणीव प्रत्येक व्यक्तीला असते. आपल्या वर्तनामुळे इतरांवर कोणत्याही प्रकारचा प्रतिकूल परिणाम होणार नाही याची दक्षता प्रत्येक व्यक्तीला घ्यावी लागते. जर व्यक्तीच्या एखाद्या कार्याचा समाजावर प्रतिकूल परिणाम झाला तर संपूर्ण समाज अशांत बनू शकतो, समाजात अराजकता माजू शकते. समाजातील कायदे अडचणीत येतात. म्हणजेच व्यक्तीने कोणतेही कार्य करताना समाजाचा विचार करावा व आपल्या कृतीमुळे कोणकोणते परिणाम होऊ शकतात याची छाननी करावी असे मत मिलने व्यक्त केले आहे. जे.एस. मिल याची व्यक्तिस्वातंत्र्याबद्दल असलेली कल्पना तीन तत्त्वांवर आधारलेली आहे.

अ) व्यक्तीच्या भावना.

ब) उत्स्फूर्तता व व्यक्तिमत्त्व.

क) सामाजिक परंपरांमुळे होणारा अन्याय.

२) व्यक्तिस्वातंत्र्य संकल्पना :

जे.एस. मिल याने व्यक्तीच्या भावना आणि इच्छा सर्वश्रेष्ठ असतात असे मानून व्यक्तिगत स्वातंत्र्यात व्यक्तीच्या भावनांना व इच्छांना अतिशय महत्त्वाचे स्थान आहे असे मत मांडले तसेच उत्स्फूर्तता आणि व्यक्तिमत्त्व या दोन्ही घटकांना त्याने व्यक्तिविकासाचे साधन मानले. व्यक्तिविकास झाला तर सामाजिक विकास होईल व सामाजिक विकास झाला तरच व्यक्तीला स्वातंत्र्याचा मुक्त आस्वाद घेता येईल असा दृष्टिकोन मिल यांनी मांडला. व्यक्तिस्वातंत्र्याबद्दलची मते मांडताना त्यांनी सामाजिक परंपरेमुळे व्यक्तीवर जो अन्याय होतो त्याचे खंडन केले. जनमत आणि परंपरा या प्रगतीमध्ये अडथळा उत्पन्न करतात असे मत मिलने मांडले.

जे.एस. मिल यांनी व्यक्तिस्वातंत्र्याबद्दल मते मांडली व त्याचे स्थान पटवून दिले; परंतु जे.एस. मिलच्या विचारांचा तौलनिक अभ्यास केला तर असे दिसून येते की, मिलने सभ्य आणि सुसंस्कृत लोकांनाच स्वातंत्र्य दिले. असंस्कृत व असभ्य लोकांना स्वातंत्र्य देण्याचा विचार मिलने कोठेही मांडलेला नाही. मिल यांनी जी स्वातंत्र्याची कल्पना मांडली ती अत्यंत चांगली असली तरी प्रत्यक्ष व्यवहारात मिलची स्वातंत्र्यविषयक मते अमलात आणणे अवघड आहे.

क) मिलच्या स्वतंत्रविषयक विचारांवरील टीका :

मिलच्या स्वतंत्रविषयक विचारांवरील टीका खालीलप्रमाणे आहेत :

१) व्यक्तिवादावर जास्त भर :

समीक्षकांचा असा युक्तिवाद आहे की मिलने वैयक्तिक स्वायत्तता आणि स्वयं-विकासावर भर दिल्याने अशा समाजाची निर्मिती होऊ शकते जो सामाजिक जबाबदाऱ्या आणि इतरांच्या कल्याणाकडे दुर्लक्ष करतो. त्यांचे म्हणणे आहे की व्यक्तिवादी दृष्टीकोन चांगल्या प्रकारे कार्य करणाऱ्या समाजासाठी आवश्यक असलेल्या सामाजिक एकसंधतेची आणि सामायिक मूल्यांची भावना कमी करू शकते.

२) सामाजिक वस्तूंकडे दुर्लक्ष :

नकारात्मक स्वातंत्र्य आणि मर्यादित सरकारी हस्तक्षेपावर मिलचे समर्थन हे काही समीक्षकांच्या मते सामाजिक वस्तू आणि सामूहिक हितसंबंधांचे महत्त्व दुर्लक्षित करणारे आहे. त्यांचा असा युक्तिवाद आहे की आरोग्यसेवा, शिक्षण आणि पर्यावरण संरक्षण यासारख्या काही सार्वजनिक वस्तूंना न्याय्य समाज सुनिश्चित करण्यासाठी सरकारी हस्तक्षेप आणि सामूहिक प्रयत्नांची आवश्यकता असते.

३) हानी तत्त्वाची संदिग्धता :

हानी तत्त्व, मिलच्या तत्त्वज्ञानाची एक आधारशिला, त्याच्यावर अस्पष्टतेसाठी टीका केली गेली आहे. समीक्षकांचा असा युक्तिवाद आहे की हानी कशाची आहे हे ठरवणे व्यक्तिनिष्ठ आणि स्पष्टीकरणासाठी खुले असू शकते, ज्यामुळे संभाव्यत: तत्त्वाचा विसंगत अनुप्रयोग होऊ शकतो आणि सरकारी हस्तक्षेपासाठी स्पष्ट सीमा परिभाषित करणे कठीण होते.

४) बहुसंख्य लोकांच्या जुलूमशाहीची संभाव्यता :

समीक्षकांना काळजी वाटते की मिलचा स्वातंत्र्याचा दृष्टीकोन बहुसंख्य लोकांच्या जुलूमशाहीच्या संभाव्यतेला पुरेसा संबोधित करत नाही. त्यांचा असा युक्तिवाद आहे की समाजात केवळ वैयक्तिक हक्कांवर लक्ष केंद्रित केले जाते; अल्पसंख्याकांचे आवाज आणि हितसंबंध दडपले जाऊ शकतात किंवा दुर्लक्षित केले जाऊ शकतात, ज्यामुळे बहुसंख्य हुकूमशाहीचा एक प्रकार निर्माण होऊ शकतो.

५) सांस्कृतिक संवेदनशीलतेचा अभाव :

काही समीक्षक असे ठासून सांगतात की मिलच्या विचारांमध्ये सांस्कृतिक विविधता आणि विविध समाजांतील मूल्यांमधील फरक यांचा पुरेसा समावेश नाही. त्यांचा असा युक्तिवाद आहे की वैयक्तिक स्वायत्ततेवर त्याचा भर सांस्कृतिक नियम आणि पद्धतींशी संघर्ष करू शकतो, ज्यामुळे सार्वत्रिक हक्क आणि स्थानिक परंपरा यांच्यात संभाव्य संघर्ष निर्माण होऊ शकतो.

६) सामाजिक प्रभाव कमी लेखणे :

समीक्षकांनी निदर्शनास आणून दिले की मिलचा युक्तिवादाने सामाजिक प्रभावांनी असहमत मतांना दडपून टाकू नये, सामाजिक दबावांच्या शक्तीला कमी लेखतो. त्यांचा असा युक्तिवाद आहे की सरकारी हस्तक्षेपाशिवायही सामाजिक नियम आणि दबाव व्यक्तींच्या अपारंपरिक किंवा अलोकप्रिय विचार व्यक्त करण्याच्या स्वातंत्र्यावर लक्षणीय मर्यादा घालू शकतात.

७) अराजकतेची शक्यता :

समीक्षकांचे म्हणणे आहे की मिलच्या किमान सरकारी हस्तक्षेपावर ताण पडल्याने अराजकतेची परिस्थिती निर्माण होऊ शकते जिथे कायदा आणि सुव्यवस्था राखणे यासारख्या सरकारच्या आवश्यक कार्यांशी तडजोड केली जाते. समाजाची स्थिरता आणि सुरक्षितता सुनिश्चित करण्यासाठी काही स्तरावर सरकारी अधिकार आवश्यक आहेत असे त्यांचे म्हणणे आहे.

८) सामाजिक–आर्थिक असमानता दुर्लक्षित करणे :

समीक्षकांनी असे प्रतिपादन केले की मिलचा स्वातंत्र्याचा दृष्टीकोन सामाजिक–आर्थिक असमानता पुरेशा प्रमाणात संबोधित करण्यात अपयशी ठरला. ज्यामुळे व्यक्तींचे स्वातंत्र्य वापरण्याची क्षमता मर्यादित होऊ शकते. त्यांचा असा युक्तिवाद आहे की पद्धतशीर असमानता विशिष्ट व्यक्ती किंवा गटांसाठी उपलब्ध पर्याय आणि संधी प्रभावीपणे प्रतिबंधित करू शकतात.

९) सापेक्षतावाद आणि नैतिक तटस्थता :

नैतिक सापेक्षतावाद आणि नैतिक उदासीनतेकडे नेण्याच्या क्षमतेमुळे मिलच्या तत्त्वज्ञानावर टीका केली जाते. समीक्षकांचा असा युक्तिवाद आहे की विशिष्ट कृती किंवा जीवनशैलीच्या अंतर्निहित मूल्याबद्दल निर्णय घेण्याचे टाळून, मिलची चौकट नैतिक जबाबदारी आणि सद्गुण वर्तनाच्या जाहिरातीच्या विस्तृत प्रश्नांना सामोरे जाण्यास अपयशी ठरू शकते.

१०) कल्याणास चालना देण्यासाठी सरकारची मर्यादित भूमिका :

काही समीक्षकांचा असा युक्तिवाद आहे की मिलचा दृष्टीकोन सक्रियपणे कल्याणास प्रोत्साहन देण्याच्या आणि नागरिकांसाठी उच्च दर्जाचे जीवन सुनिश्चित करण्याच्या सरकारच्या क्षमतेस प्रतिबंधित करतो. त्यांचे म्हणणे आहे की सरकारी हस्तक्षेपाशिवाय काही सार्वजनिक वस्तू आणि सेवांचा पुरवठा कमी होऊ शकतो, ज्यामुळे सामाजिक कमतरता निर्माण होऊ शकतात.

३.३ प्रातिनिधिक शासनविषयक विचार :

जे. एस. मिलने आपल्या 'Representative Government' या ग्रंथात प्रातिनिधीक शासनविषयक विचारांची मांडणी केली आहे. मिलची लोकशाही शासन पद्धतीवर धारणा होती. मात्र त्याने जनतेचा प्रत्यक्ष सहभाग असणाऱ्या लोकशाहीपेक्षा प्रातिनिधीक लोकशाहीचा पुरस्कार केला. मिलच्या प्रातिनिधीक शासनविषयक विचारांची मांडणी पुढील मुद्यांच्या आधारे करता येईल.

अ) प्रातिनिधीक शासनाबाबतच्या मान्यता :

मिलने प्रातिनिधीक शासनाबाबत पुढील मान्यता स्पष्ट केल्या आहेत :

१) कार्यक्षम सरकारबद्दल विचार :

मिलच्या मते, कार्यक्षम सरकार म्हणजे उत्तम सरकार नव्हे. ज्या सरकारमुळे लोकांमध्ये नैतिक व बौद्धिक गुणवत्ता निर्माण होते ते सरकार उत्तम असते. ज्या सरकारमुळे राजकीय शिक्षण, सद्गुण संपन्न नागरिक निर्माण होतात ते सरकार उत्तम असते. त्यादृष्टीने प्रातिनिधिक सरकार उत्तम असते असे मिलचे मत होते. मात्र, अशा प्रकारचे शासन प्रागतिक देशातच यशस्वी होते असेही तो नमूद करतो.

२) लोकशाही शासन :

लोकशाही शासनामुळे नागरिकांच्या व्यक्तिमत्त्वाचा विकास होतो. आपले अधिकार व कर्तव्ये पार पाडताना त्यांचे राजकीय शिक्षण घडत असते. त्यामुळे सदसद्‌विवेकाबरोबरच समाजहिताची जाणीव त्यांच्यात निर्माण होते; परंतु लोकशाहीमध्ये सर्वांजवळ प्रशासनाची पात्रता असतेच असे नाही. म्हणून निवडक लोकांच्या हाती प्रशासन असले पाहिजे. ते लोकप्रतिनिधी असले पाहिजेत म्हणून मिलने प्रातिनिधिक शासनपद्धतीचा पुरस्कार केला.

३) लोकशाही शासनासाठी उपाययोजना :

लोकशाहीच्या उणिवा लक्षात आल्यानंतर त्या दूर कशा करता येतील याचे प्रश्नचिन्ह मिलपुढे होते. मिलला लोकशाही व्यक्तिस्वातंत्र्य मान्य होते. स्त्री–पुरूष समतेचा तो समर्थक होता; परंतु त्याचबरोबर शासनाची सत्ता ही गुणी व कर्तबगार व्यक्तीकडे असणे योग्य आहे असेही त्याला वाटत होते. स्वयंभू नेतृत्वाचे गुण असलेल्यांकडेच शासनाची सूत्रे असावीत असे मिलचे मत होते. त्यामुळे त्याने लोकशाही शासनासाठी काही सुधारणा सुचविल्या आहेत.

४) सुशिक्षित नागरिक :

मिलच्या मते, प्रतिनिधी निवडणारे नागरिक अशिक्षित असता कामा नयेत. निरक्षर व अज्ञानी लोकांनी प्रतिनिधी निवडण्यात चूक केली तर मध्यम बुद्धीच्या लोकांचे सरकार निर्माण होईल. त्यातून समाजाचे हित साधले जात नाही. त्यासाठी लेखन, वाचन आणि सामान्य आकडेमोड करता येणाऱ्या नागरिकांनाच मताधिकार द्यावा असे मिलचे मत होते. खासगी मालमत्ता असणाऱ्या लोकांना मतदानाचा अधिकार असला पाहिजे असे त्याचे मत होते. कारण स्वत: कर भरला असल्याने सरकारी खर्चावर ते नियंत्रण ठेऊ शकतात.

५) अनेकत्वाच्या तत्त्वाचा पुरस्कार :

सदृढ लोकशाहीसाठी मिलने मतांच्या अनेकत्वाच्या तत्त्वाचा पुरस्कार केला आहे. एका नागरिकाला केवळ एकच मत नसावे. नागरिक सुशिक्षित असेल तर त्याला एकापेक्षा अधिक मते देण्याचा अधिकार असावा. त्यामुळे दर्जेदार प्रतिनिधी निवडून जातात आणि अल्पशिक्षित मतदारांच्या मतदानातून निर्माण झालेले दोष नाहीसे होतात असे मिल म्हणतो. समाजातील सर्वच घटकांना किंवा हितसंबंधियांना संसदेत योग्य प्रतिनिधित्व मिळावे म्हणून त्याने प्रमाणशीर प्रतिनिधित्वाचा पुरस्कार केला.

६) लोकप्रतिनिधींकडून देखरेख :

लोकप्रतिनिधींनी सरकारच्या कामकाजावर देखरेख ठेवावी. सरकारच्या चुका जाहीररित्या उघड कराव्यात, सरकारवर ठपका ठेवावा, प्रसंगी सरकार पदच्युत करावे असे मिल सांगतो. कायदेमंडळात निवडून आलेले सर्व प्रतिनिधी कायदे करण्याच्या योग्यतेचे नसतात. म्हणून प्रतिनिधींनी एक छोटे मंडळ नियुक्त करावे. त्या मंडळात तज्ञ लोकांचा समावेश असावा. त्यांना कायद्याचे अधिकार द्यावेत. त्यातून सरकारची कार्यक्षमता टिकेल असे मिलला वाटत होते.

७) संसद सभासदांना वेतन देऊ नये :

संसदीय पद्धतीतील शासनशुचिता विटाळू नये व कामकाज पद्धतीतील पावित्र्य कायम रहावे यासाठी संसदेच्या सभासदांना त्यांच्या कामाबद्दल कोणतेही वेतन न देण्याची तो शिफारस करतो. कारण या वेतनाच्या आकर्षणापायी समाजातील लायकी नसलेले बदमाश लोक संसदेत प्रवेश करतील याची त्याला भीती वाटत होती. तसेच निवडणुकीच्या काळात होणारा खर्च मतदाराने पूर्णपणे न करता त्याचा काही भाग राज्यानेही सोसावा ही आधुनिक काळात सुचवली जाणारी शिफारसही मिलने केली आहे.

ब) प्रातिनिधीक शासनासाठीच्या अटी/वैशिष्ट्ये :

लोकशाही व्यवस्थेतील दोष दूर करुन लोकशाहीस अधिक प्रातिनिधीक बनविण्यासाठी मिल ने काही उपाय सांगितले आहेत. त्यांनाच प्रातिनिधीक शासनाच्या अटी किंवा वैशिष्ट्ये म्हणता येईल :

१) स्त्रियांना मतदानाचा अधिकार :

लोकशाहीची जननी म्हणून संपूर्ण जगात प्रसिद्ध असलेल्या इंग्लंडमध्ये स्त्रियांना मतदानाचा अधिकार नव्हता. मिलने मतदानाच्या संदर्भात उदारमतवाद मांडलेला आहे. मिलने स्त्री आणि पुरुष यांच्यात कोणताही भेद मानला

नाही. स्त्री आणि पुरुष समानतेवर मिलने भर दिला. स्त्रियांना जर योग्य संधी मिळाली तर, त्या पुरुषांप्रमाणेच कार्य करू शकतात. मात्र जर स्त्रियांना मतदानाचा अधिकार नाकरण्यात येत असेल तर एकूण लोकसंख्येपैकी ५०% लोकसंख्येला आपण मतदानापासून वंचित ठेवतो. म्हणजेच स्त्रियांवर राजकीय अन्याय केला जातो. स्त्रियांवरील राजकीय अन्याय दूर केला तरच प्रातिनिधिक शासन यशस्वी होईल असे स्पष्ट मत मिलने मांडले.

२) खुले मतदान :

जेरमी बॅन्थम यांनी गुप्त मतदान पद्धतीचा पुरस्कार केलेला होता. मात्र, जॉन स्टुअर्ट मिल यांनी मतदान हे नैतिक कर्तव्य आहे असे मानले व गुप्त मतदानपद्धत अयोग्य आहे असे मत व्यक्त केले. जॉन स्टुअर्ट मिलच्या मते, खुल्या मतदानपद्धतीत मतदारांवर असलेली जबाबदारी वाढते व मतदान करतेवेळी मतदार व्यक्तिगत हितापेक्षा सामाजिक हिताला महत्त्व देतो. प्रातिनिधिक शासन व्यवस्था सुधारण्याच्या उद्देशाने मिलने खुल्या पद्धतीचा पुरस्कार केला.

३) अनेक मतदानपद्धती :

दिलेल्या मतदानाचा अधिकार यांत कोणताही भेद नसतो. म्हणजे मतापेक्षा त्या मतांकडे झुकणाऱ्या व्यक्तींची संख्या विचारात घेतली जाते. म्हणून हा प्रकार समाजाला घातक आहे असे मत मिलने व्यक्त केले. नागरिक जितका सुशिक्षित असेल तितक्या प्रमाणात त्याला मत देण्याचा अधिकार द्यावा असे मत मिलने मांडले. तसेच श्रीमंत व्यक्तींना देखील शासनात थोडे जास्त महत्त्व द्यावे. संपत्ती आणि गुण यांना महत्त्व दिल्यास चांगल्या प्रकारचे शासन निर्माण करता येऊ शकते. असा आशावाद मिलने व्यक्त केला.

४) प्रतिनिधित्वाची योग्यता :

मिलने ज्याप्रमाणे मतदारांसाठी काही योग्यता सांगितल्या तशाच प्रकारे प्रतिनिधित्वासाठी काही योग्यता असणे गरजेचे आहे असे मत मिलने व्यक्त केले. प्रतिनिधी हा सुशिक्षित, योग्य व व्यापक दृष्टिकोन असणारा चारित्र्य संपन्न आणि बुद्धिमान असला पाहिजे. जनतेने त्याला आपले प्रतिनिधी म्हणून निवडून दिल्यानंतर जनतेला योग्य मार्गदर्शन करण्याचे उत्तरदायित्व प्रतिनिधीने पार पाडावे अशी अपेक्षा मिलने मांडलेली आहे. निवडणूक ही भांडवलदारी प्रवृत्ती आणि राजकीय पक्षांचे नियंत्रण यांच्यापासून मुक्त असावी. निवडणुकीचा खर्च राज्याने केला पाहिजे. राजकारण हा एक व्यवसाय बनू नये असे त्याचे मत होते. सर्व प्रतिनिधींनी आपले कार्य सेवाभावीपणाने करावे व मिळत असलेल्या मतदानाचा स्वीकार करू नये असे स्पष्ट मत मिलने मांडलेले आहे. प्रातिनिधिक योग्यतेचा अत्यंत बारकाईने विचार केला.

५) प्रमाणशीर प्रतिनिधित्व :

सामान्य मतदान पद्धतीत भरपूर दोष आहेत. सत्तारूढ पक्षाला मिळालेल्या जागांपेक्षा जास्त जागा मिळतात. त्यांचे बहुमत वाढते. मात्र विरोधी पक्षांना मिळणाऱ्या मतांचे विभाजन झाल्यामुळे त्यांना साधे प्रतिनिधित्व देखील मिळत नाही. अल्पसंख्यांक लोक प्रतिनिधित्वापासून वंचित राहतात. बहुसंख्यांक लोक अल्पसंख्यांकावर एक प्रकारची हुकूमशाही गाजवितात. लोकशाहीतील बहुमताची हुकूमशाही ही हुकूमशाहीपेक्षा अधिक घातक ठरू शकते असे मत मिलने व्यक्त केले प्रातिनिधिक शासनातील हा दोष दूर करण्यासाठी मिलने प्रमाणशीर प्रतिनिधित्वाचे समर्थन केले. प्रमाणशीर प्रतिनिधित्वाच्या पद्धतीमुळे लोकशाहीत किंवा प्रातिनिधिक शासनपद्धतीत लोकांना संख्येच्या प्रमाणात प्रतिनिधित्व देता येते.

६) आर्थिक व शैक्षणिक पात्रता :

मिलने मतदारांसाठी पात्रता असावी असे म्हटलेले आहे. लोकशाहीत बहुसंख्य लोकांचे सरकार असते. अशा वेळी अज्ञानी, निरक्षर लोक निवडून येण्याची शक्यता नाकारता येत नाही. म्हणून मिलने मतदारांसाठी पात्रता सुचविलेली आहे. ही पात्रता लोकशाहीच्या उज्वल भवितव्याच्या दृष्टिकोनातून अतिशय आवश्यक आहे असे मत मिलने मांडले. निरक्षरांना मत देण्याचा अधिकार त्याने अमान्य केला. मतदारांकरिता प्राथमिक अंकगणित येणे व लिहिता-वाचता येणे आवश्यक आहे अशी मिलची धारणा होती. मिलने मतदारांसाठी जशी शैक्षणिक योग्यता महत्त्वाची मानली तशीच संपत्तीची योग्यता देखील महत्त्वाची असल्याचे मत नोंदविले. त्याच्या मते, ज्याच्याकडे संपत्ती असते अशी व्यक्ती जबाबदारीने त्यालाच मतदानाचा अधिकार द्यावा असे मत मिलने व्यक्त केले.

७) द्विगृही संसद :

मिलने संसदेची दोन सभागृहे असावीत असे मत मांडले होते. त्याने संसदेचे सार्वभौमत्व मान्य केले. कायदेविषक सत्ता कायदेमंडळाच्या कनिष्ठ गृहाकडे असावी तसेच विधेयक तयार करून संसदेसमोर मांडण्याचा अधिकार देखील त्याने कनिष्ठ सभागृहाला दिला. संसदेने नेमके कोणते कार्य करावे? याविषयी त्याने निश्चित प्रमाण सांगितले आहे. संसदेवर असणारा ताण कमी करावा, योग्य कार्यासाठी योग्य व्यक्तीची नेमणूक करावी असा विचार मांडून प्रातिनिधिक शासनपद्धतीत सुधारणा करण्यासाठी योग्य असा उपाय सुचविला.

८) विधी आयोग :

मिलने प्रातिनिधिक शासनपद्धतीत विधी आयोगाच्या स्थापनेचा उपाय सुचविलेला आहे. संसदेत कायदा आणि प्रशासन यांचे परिपूर्ण ज्ञान असलेल्या व्यक्तीच निवडून येऊ शकतात व अशा व्यक्तींकडून संसदेचे कामकाज योग्य पद्धतीने होणार नाही असे त्याचे मत होते व म्हणून कायदानिर्मितीसाठी कायदा विषयात जे तज्ञ लोक आहेत त्यांची एक समिती तयार करावी व या समितीने तयार केलेल्या कायद्याला संसदेने मान्यता द्यावी. विधी आयोगाने तयार केलेला कायदा नाकारण्याचा अधिकार मिलने संसदेला दिलेला असला, तरी समितीने सुचविलेल्या कायद्यात कोणत्याही प्रकारचा बदल करण्याचा अधिकार मिलने संसदेला दिलेला नाही.

क) मिलच्या विचारांवरील टिका :

मिलने मांडलेल्या प्रातिनिधिक शासन व्यवस्थेवर अनेक राजकीय विचारवंतांनी टीका केलेली आहे. मिलच्या प्रातिनिधीक शासनव्यवस्थेवरील टीकात्मक परीक्षण पुढील मुद्यांच्या साहाय्याने स्पष्ट करता येईल :

१) प्रमाणशीर प्रतिनिधित्व पद्धतीतील उणिवा :

प्रमाणशीर प्रातिनिधित्व शासनपद्धतीत अनेक दोष आहेत. या पद्धतीतील गुंतागुंतीची असणारी एकल संक्रमणीय पद्धत फक्त सुशिक्षित वर्गासाठीच वापरण्यात येऊ शकते. तसेच या पद्धतीत अनेक पक्ष उदयाला येऊन अस्थिर शासन निर्माण होण्याची शक्यता नाकारता येत नाही. कारण या पद्धतीत गरजेपेक्षा जास्त उमेदवार निवडून येण्याची शक्यता असते.

२) मतदानावर मर्यादा :

मिलने मतदानासाठी शैक्षणिक व संपत्तीच्या पात्रतेची अट घातल्यामुळे बहुसंख्य जनता मतदानाचा अधिकार उपभोगू शकणार नाही. मिलने एका बाजूला लोकशाहीचे समर्थन केले व दुसऱ्या बाजूला सर्वसामान्य जनतेला मतदानाचा अधिकार नाकारला यात विसंगती आढळते. मर्यादित मतदानामुळे केवळ सुशिक्षित व श्रीमंत लोकांचेच सरकार निर्माण होईल व सर्वसामान्य जनता सत्तेपासून वंचित राहिल याचा विचार मिलने केला नाही.

३) अनेक मतदान – अयोग्य पद्धत :

'ज्या प्रमाणात जास्त शिक्षण त्या प्रमाणात अनेक मते' या तत्त्वाचा मिलने पुरस्कार केलेला होता. मात्र, व्यावहारिक दृष्टिकोनातून मिलचे हे मत योग्य आहे असे वाटत नाही. मतदानाचा निकष म्हणजे योग्य शिक्षण हा मिलचा विचार अव्यवहार्य वाटतो. एकाच व्यक्तीला केवळ शिक्षणाच्या आधारे एकापेक्षा जास्त मते देण्याचा अधिकार दिल्याने समाजात विषमता निर्माण होईल. संख्येने कमी असलेले सुशिक्षित बहुसंख्याकांवर राज्य करतील व सुशिक्षित अल्पसंख्यांकडून अशिक्षित बहुसंख्याकांचे शोषण होईल याबद्दल सखोल विचार मिलने केलेला नव्हता.

४) खुले मतदान अयोग्य :

मतदान हे पवित्र कर्तव्य आहे हे मानण्यामागे मिलचा हेतू शुद्ध होता. मात्र, खुल्या मतदानामुळे अनेक अडचणी येतात. ज्या उमेदवाराला मत दिले जात नाही त्याच्याकडून संबंधित व्यक्तींबरोबर संघर्ष निर्माण होऊ शकतो. वास्तविक गुप्त मतदानपद्धतीबद्दल बरीचशी जनता उदासीन असते.

५) संसदेबद्दलची मर्यादा :

संसद सदस्याने वेतन न घेता कार्य करावे हे मिलचे मत व्यवहार्य नाही. कारण व्यवसाय करून संसदेचे कार्य जबाबदारीने पार पाडण्याइतपत कोणीही वेळ देऊ शकणार नाही व देणारही नाही. तसेच मिलने संसदेला मर्यादित अधिकार दिलेले आहेत. जर संसदेचे सार्वभौमत्व मान्य केले तर संसदेच्या अधिकारांवर मर्यादा घालणे पटत नाही. जो कायदा समितीने केला कायदा नाकारणे, त्यात थोडाफार बदल करणे, तसेच तो पूर्णपणे बदलणे हा अधिकार संसेदला असलाच पाहिजे. असा अधिकार संसदेला दिला तरच संसद ही सर्वश्रेष्ठ बनेल.

३.४ उपयुक्ततावादविषयक विचार :

मिल पूर्वी जेरेमी बॅन्थम याने उपयुक्ततावादी विचारांची मांडणी केली होती. उपयुक्ततावादी विचार इंग्लंडमध्ये जन्माला आला त्यावेळी इंग्लंडमध्ये औद्योगिक क्रांतीची नवी लाट निर्माण झाली होती. त्यातून मध्यमवर्गाचा उदय झाला होता व त्याला महत्त्व प्राप्त झाले होते. मजुरांच्याही अनेक समस्या निर्माण झाल्या होत्या. कामाची स्थिती सुधारावी, वेतन निश्चित व्हावे, कामाचे तास कमी व्हावेत यासाठी कामगार संघटनांच्या हालचाली सुरू होत्या. धर्मगुरूंनी समाजाचे लक्ष दैन्यावस्थेतील लोकांकडे खेचून घेतले होते. या पार्श्वभूमीवर उपयुक्ततावादाची सर्वप्रथम मांडणी बॅन्थमने केली. त्याच्या मते, प्रत्येक व्यक्ती सुख मिळविण्याच्या व दु:ख कमी करण्याच्या मागे असते. सुख-दु:खाला अनुसरूनच व्यक्तीचा विचार, उच्चार व कृती होत असते. म्हणून जास्तीतजास्त लोकांचे जास्तीतजास्त कल्याण झाले पाहिजे असा विचार बॅन्थमने मांडला. "अधिकतम लोकांचे अधिकतम सुख" हे बॅन्थमप्रणीत उपयुक्ततावादाचे मुख्य सूत्र होते. मिलने उपयुक्ततावादाची पुनर्मांडणी केली. उपयुक्ततावादाला त्याने व्यापक स्वरूप प्राप्त करून दिले. उपयुक्ततावादी विचारातील ताठर तत्त्वांना मुरड घातली. लोकशाही मार्गावरील लोकांचा विश्वास दृढ केला.

अ) मिलचे उपयुक्ततावादावरील विचार :

मिलचे उपयुक्ततावादावरील विचार पुढीलप्रमाणे जाणून घेता येईल :

१) सुखाची कल्पना :

उपयुक्ततावादी तत्त्वज्ञानानुसार ज्या कृतीमुळे सुख वाढते त्या कृती योग्य असतात. याउलट ज्या कृतीतून सुख कमी होते त्या कृती अयोग्य असतात; परंतु सुखाकडे पाहण्याचा मिलचा दृष्टिकोन मात्र निराळा होता. सुख हे संख्यात्मक नसते तर गुणात्मक असते असे मिलचे मत होते. त्याच्या मते, सुखाची पातळी व सुखाचा दर्जा

भिन्न असू शकतो. मिलच्या मते, व्यक्तीने दर्जेदार सुखालाच जास्त महत्त्व दिले पाहिजे. बॅन्थमने केवळ सुखाचा संख्यात्मक विचार केला तर मिलने त्याच्या गुणात्मकतेला महत्त्व दिले. मिलचे असे मत होते की, “समाधानी डुकरापेक्षा असमाधानी माणूस बरा; समाधानी मूर्ख माणसापेक्षा असमाधानी सॉक्रेटिस बरा.”

२) नैतिक विचारांना प्राधान्य :

मिलने उपयुक्ततावादात दुरूस्ती करताना स्वत:चे हित व समाजाचे हित यातील अंतर कमी केले. आपले हित साधले जात असताना समाजाचे हित कमी होता कामा नये असे त्याचे मत होते. त्यासाठी त्याने कायदा व शिक्षणाचा पुरस्कार केला. बॅन्थमने नेमका उलट विचार मांडला होता. त्याच्या मते, प्रत्येकाने आपले हित साधले म्हणजे समाजाचे हित आपोआप होईल. मिलने या विचारात सुधारणा केली. मिलचा विचार अधिक नैतिक स्वरूपाचा आहे. मिलच्या मते, व्यक्ती आपला स्वार्थ पाहणार नाही हे काम कायद्याच्या कक्षेत बसू शकत नाही. त्याच्या विचारात स्वयंप्रेरणेला महत्त्व आहे. उपयुक्ततावादात माणसाच्या सुखाची कल्पना केली आहे. मिलने मात्र या कल्पनेला सद्‌गुणांची जोड दिली आहे. सुखी जीवनापेक्षा सद्‌गुणसंपन्न जीवन व्यक्तीने जगावे असे मिलचे मत होते.

३) स्वातंत्र्य :

उपयुक्ततावादी विचारवंतांनी प्रत्येक गोष्ट उपयुक्ततेच्या निकषावर स्विकारली. उदा. राज्यसंस्था, कायदा, स्वातंत्र्य, समता इ. बाबतीत मिलने मात्र निराळा विचार केला. त्याच्या मते, काही गोष्टी मूलत: महत्त्वाच्या असतात. त्याची उपयुक्तता असो वा नसो. उदा. स्वातंत्र्य हे मूल्य आहे. ते उपयुक्त आहे म्हणून आवश्यक आहे असे नव्हे तर ते आवश्यकच आहे.

४) मतदानपद्धती :

मिलने काही बाबतीत बॅन्थमच्याही पुढे मजल मारली आहे. त्याने गुप्त मतदानपद्धतीऐवजी उघड व खुल्या मतदानपद्धतीचा पुरस्कार केला होता. तरीही खुल्या मतदानपध्दतीबाबत त्याचे काही आक्षेप होते. स्त्रियांच्या हक्कांचाही त्याने पुरस्कार केला.

५) अनुभूतीतून सुखप्राप्ती :

मानवी कार्याच्या प्रेरणेत बॅन्थमने सुखाला अधिक महत्त्व दिलेले होते. आपले हित साध्य होईपर्यंत माणूस इतरांची सेवा करण्यास तयार होणार नाही असा जो विचार बॅन्थमन मांडलेला होता त्याला मिलने विरोध केला. मिलच्या मते, माणूस स्वहिताचा विचार करीत असला, तरी तो सार्वजनिक सुखातच आपले हित आहे असे मानतो. म्हणजेच उदारता, परोपकर आणि सहानुभूती यातही सुख आढळते असे मत मिलने मांडलेले आहे.

६) सुख एक आंतरिक प्रेरणा :

माणूस हा सामाजिक प्रतिष्ठा मिळविण्यासाठी सतत प्रयत्न करतो, त्यासाठी तो राज्याने केलेल्या कायद्याचे पालन करतो. तसेच स्वर्गप्राप्ती व्हावी यासाठी धार्मिक कार्य करतो तसेच शरीरसुखासाठी धडपड करतो असा विचार बेंथॅमने मांडलेला होता. मात्र मिलच्या मते, सुखप्राप्ती ही आंतरिक प्रेरणा आहे. बेंथॅमने सांगितलेल्या सुखप्राप्तीच्या मार्गात मिल यांनी अध्यात्मिक भावना, मानसिकता आणि नैतिकता या गोष्टींना महत्त्वाचे स्थान दिलेले आहे. माणसाकडून उदात्त ध्येयाची प्राप्ती करीत असताना त्याला आंतरिक सुख मिळते असे मिलने स्पष्ट केले.

७) राज्याचे कार्यक्षेत्र :

वैयक्तिक सुख मिळविण्याच्या उद्दिष्टाने केलेल्या वर्तनाद्वारे सामाजिक सुख मिळते असा विचार बेंथॅमने मांडलेला होता. मात्र, या मताचे मिलने 'पॉलिटिकल इकॉनॉमी' या ग्रंथात खंडन केले व राज्य हे व्यक्तिगत जीवनात योग्य तेवढा हस्तक्षेप करून नियंत्रण करू शकते असे मत स्पष्ट केले. अशा हस्तक्षेपामुळे सार्वजनिक कल्याण होईल असे मिलला वाटत होते. मिलने व्यक्तिस्वातंत्र्यावर अतिरिक्त भर दिला व राज्याचे कार्यक्षेत्र मर्यादित आहे असे मानले.

८) कायद्यापेक्षा नैतिक आणि सामाजिक बंधनांची श्रेष्ठत्वता :

बॅन्थमने, राज्याचे कायदे करताना लोकांच्या हिताचा विचार करावा असे मत मांडले होते. बॅन्थमचा हा विचार मिलने नाकारला व उपयुक्ततेचे मोजमाप करण्याचे निश्चित असे कोणतेही मापदंड नाही म्हणून 'उपयुक्तता' कायद्याचा आधार बनूच शकत नाही असे मिलने स्पष्ट केले. मिलने नैतिक उन्नती आणि सुव्यवस्था यांना आधार मानले. त्याच्या मते, नैतिकता व सामाजिक बंधने हीच कायद्याची आधारस्थाने आहेत व ती सर्वश्रेष्ठ आहेत.

९) इतिहास आणि परंपरा यांचे वेगळेपण :

उपयुक्ततेचा आधार घेऊन बॅन्थमे सार्वत्रिक समानता आणता येईल असे मत मांडले. सर्व देशात समानतेणे वापरण्यात येण्याजोगे संविधान असावे असे बेंथॅमचे मत मिलने नाकारले. मिलच्या मते, प्रत्येक राष्ट्राचा इतिहास वेगवेगळा असतो. राष्ट्राच्या वेगवेगळ्या परंपरा असतात, प्रत्येक राष्ट्राचा विकास विशिष्ट परिस्थितीतून होतो म्हणून त्या देशाची शासनव्यवस्था ही देशाच्या परिस्थितीला अनुसरून असावी असे मत मिलने मांडले. मिलचा विचार हा परिस्थितीसापेक्ष असल्यामुळे अनेक राजकीय विचारवंतांनी त्याला 'ऐतिहासिक यथार्थवादी' असे संबोधले आहे.

ब) मिलच्या उपयुक्ततावादावरील टीका :

जॉन स्टुअर्ट मिलच्या उपयुक्ततावादाने त्याच्या निर्मितीपासून प्रशंसा आणि टीका दोन्ही मिळवले आहे. नैतिक सिद्धांतामध्ये त्याचे योगदान अनेकांनी ओळखले असले तरी, अनेक उल्लेखनीय टीका करण्यात आल्या आहेत. मिलच्या उपयुक्ततावादावरील काही मुख्य टीका खालीलप्रमाणे आहेत :

१) वैयक्तिक हक्कांची उपेक्षा :

मिलच्या उपयुक्ततावादाच्या प्राथमिक टीकांपैकी एक अशी आहे की ते वैयक्तिक हक्कांच्या महत्त्वाकडे दुर्लक्ष करते. समीक्षकांचा असा युक्तिवाद आहे की संपूर्ण आनंद वाढविण्यावर लक्ष केंद्रित केल्याने काही व्यक्ती किंवा अल्पसंख्याक गटांच्या हक्कांचे बलिदान किंवा उल्लंघन होऊ शकते. उपयुक्ततावादाने सामूहिक हितावर भर दिल्याने वैयक्तिक स्वातंत्र्य आणि अधिकारांचे संरक्षण कमी होऊ शकते.

२) आनंदाचे अपुरे मापन :

उपयुक्ततावाद कृतींच्या परिणामांचे मूल्यांकन करण्यासाठी आनंद किंवा उपयुक्ततेच्या मोजमापावर अवलंबून असतो. तथापि, समीक्षकांचा असा युक्तिवाद आहे की आनंदाचे प्रमाण व्यक्तिनिष्ठ असते आणि अचूकपणे मोजणे आव्हानात्मक आहे. वेगवेगळ्या व्यक्तींच्या आनंदाच्या वेगवेगळ्या व्याख्या असू शकतात, ज्यामुळे एखाद्या कृतीच्या एकूण उपयुक्ततेचे मूल्यांकन करण्यासाठी सार्वत्रिकपणे लागू होणारे मानक स्थापित करणे कठीण आहे.

३) बहुसंख्य लोकांच्या जुलूमशाहीचा संभव :

समीक्षकांचे म्हणणे आहे की उपयुक्ततावाद एकूण आनंद वाढवण्याच्या प्रयत्नात, बहुसंख्य लोकांच्या जुलूमशाही ला जन्म देऊ शकतो. सिद्धांत मोठ्या संख्येच्या आनंदाला प्राधान्य देत असल्याने, यामुळे अल्पसंख्याक गट किंवा व्यक्ती ज्यांचे हितसंबंध किंवा कल्याण बहुसंख्यांच्या प्राधान्यांशी संघर्ष करतात अशा लोकांकडे दुर्लक्ष किंवा दडपशाही होऊ शकते.

४) आंतरिक मूल्याचा हिशोब करण्यात अयशस्वी :

काही कृती सद्गुण किंवा नैतिक तत्त्वांचे अंतर्निहित मूल्य यांचा पुरेसा लेखाजोखा करण्यात कथित अयशस्वी झाल्याबद्दल उपयुक्ततावादावर टीका केली गेली आहे. समीक्षकांचा असा युक्तिवाद आहे की सिद्धांत सर्व मूल्ये कमी करून एकंदर आनंदाला चालना देण्यासाठी त्याच्या महत्त्वाच्या मूल्यापर्यंत कमी करतो, कृतींचे महत्त्व दुर्लक्षित करतो ज्यामध्ये जन्मजात नैतिक महत्त्व किंवा प्रतिष्ठा असू शकते.

५) नैतिक सचोटीचा अभाव :

काही समीक्षकांनी असे प्रतिपादन केले की मिलच्या उपयुक्ततावादात नैतिक अखंडता किंवा सातत्य नाही. सिद्धांत केवळ त्याच्या परिणामांवर आधारित कृतींचे मूल्यमापन करत असल्याने, असा युक्तिवाद केला जातो की ते हेतू किंवा क्रियांच्या मूळ स्वरूपाचे नैतिक महत्त्व दुर्लक्षित करते. समीक्षकांचे म्हणणे आहे की परिणामांवर हा संकुचित भर जर उपयोगितावादी दृष्टिकोनातून परिणाम अनुकूल मानले गेले तर नैतिकदृष्ट्या शंकास्पद निर्णय होऊ शकतात.

६) उपयुक्ततावादी गणना लागू करण्यात आव्हाने :

समीक्षक वास्तविक जीवनातील परिस्थितींमध्ये उपयुक्ततावादी गणना लागू करण्याच्या व्यावहारिक आव्हानांवर प्रकाश टाकतात. हेडोनिस्टिक कॅल्क्युलस जे सुख आणि वेदनांचे प्रमाण आणि तुलना करण्याचा प्रयत्न करते, ते अती जटिल आणि व्यक्तिनिष्ठ आहे. समीक्षकांचा असा युक्तिवाद आहे की कृतींच्या दीर्घकालीन परिणामांचा अचूक अंदाज लावणे किंवा मोजणे कठीण आहे, सरावाने माहितीपूर्ण उपयुक्ततावादी निर्णय घेणे आव्हानात्मक आहे.

७) वैयक्तिक प्राधान्यांबद्दल असंवेदनशीलता :

उपयुक्ततावादावर वैयक्तिक प्राधान्ये आणि स्वायत्ततेकडे दुर्लक्ष केल्याचा आरोप आहे. समीक्षकांचा असा युक्तिवाद आहे की सिद्धांतानुसार व्यक्तींनी संपूर्ण आनंदाला चालना देण्यासाठी त्यांच्या स्वत:च्या इच्छा किंवा प्राधान्यांचा त्याग करणे आवश्यक असू शकते, ज्यामुळे संभाव्यतः वैयक्तिक स्वातंत्र्य आणि इच्छा दडपल्या जातात.

८) निर्णय घेताना मार्गदर्शनाचा अभाव :

एकंदर आनंद वाढविण्यावर उपयुक्ततावादाचा भर कठीण नैतिक निवडी करण्यासाठी अपुरे मार्गदर्शन प्रदान करू शकतो. समीक्षकांचा असा युक्तिवाद आहे की परिणामांवर सिद्धांताचा भर व्यक्तींना कोणती कृती नैतिकदृष्ट्या योग्य की अयोग्य याबद्दल अनिश्चित ठेवू शकते, कारण परिणाम बहुतेक वेळा अप्रत्याशित असतात आणि त्याचा अर्थ लावला जातो.

३.५ स्त्रियांच्या स्थितीबाबतचे विचार :

जॉन स्टुअर्ट मिल यांनी 'रिप्रेझेंटेटिव्ह गव्हर्नमेंट' या विस्तृत ग्रंथातून आपले राजकीय विचार मांडलेले आहेत. प्रातिनिधिक लोकशाहीचे पुरस्कर्ते म्हणून मिल यांचे आधुनिक राजकीय विचारांतील स्थान अत्यंत महत्त्वाचे मानले जाते. मिल यांनी 'ऑन लिबर्टी' हा ग्रंथ लिहून या ग्रंथाद्वारे व्यक्तीचे समाजातील स्थान, व्यक्तिस्वातंत्र्य आणि विकास, समाजाच्या उत्कर्षासाठी आवश्यक असलेली परिस्थिती म्हणजे सुजाण, सुसंस्कृत व स्वतंत्र व्यक्तींची आवश्यकता यावर विस्तृत चर्चा केली. त्याचप्रमाणे ज्या काळात इंग्लंडमधील स्त्रियांना राजकारण तसेच समाजकारण यात तत्कालीन समाजाने कोणताही सहभाग नाकारला होता, त्या विरोधात मिल यांनी जोरदार आवाज उठवून समाजप्रबोधनाचे कार्य केले.

१) स्त्रियांच्या दुरावस्थेचे विश्लेषण :

ज्या काळात मिलने 'ऑन लिबर्टी व रिप्रेझेंटेटिव्ह गव्हर्नमेंट' या पुस्तकाचे लेखन केले त्या काळात इंग्लंडमधील स्त्रियांची दुरावस्था त्यांनी अत्यंत जवळून पाहिलेली होती. स्त्रियांवर परंपरेनेच सामाजिक व कायदेशीर बंधने घातलेली होती. तत्कालीन समाजाने स्त्रियांना शिक्षण घेण्याचा अधिकार नाकारलेला होता. सार्वजनिक जीवनात सहभागी होण्याची स्त्रियांना परवानगी नव्हती, म्हणजे मध्ययुगीन भारतात जी स्त्रियांची स्थिती होती तशीच इंग्लंडमध्ये देखील होती. स्त्रियांना समाजकारण, राजकारण, अर्थकारण या सर्व क्षेत्रांपासून वंचित ठेवले होते. सरकार दरबारातील उच्च स्थाने व मानमरातब ही पुरूष वर्गाची मक्तेदारी बनलेली होती. अशा परिस्थितीत जॉन स्टुअर्ट मिलने 'चूल आणि मूल' या मर्यादित क्षेत्रात अडकलेल्या स्त्रियांच्या स्थितीत आमूलाग्र बदल व्हावेत या दृष्टिकोनातून ब्रिटिश संसदेत पुरूषांप्रमाणेच स्त्रियांना समाजकारण, अर्थकारण, राजकारण या क्षेत्रात प्रवेश मिळावा व स्त्रियांना पुरुषांप्रमाणेच मतदानाचा अधिकार मिळावा असे ठणकावून सांगितले. साहजिकच सनातनी पुढाऱ्यांना मिलचा दृष्टिकोन मान्य नव्हता. त्यांनी उलटपक्षी सांगितले की, स्त्रियांची जी दुरावस्था आहे त्याला स्त्रियाच कारणीभूत आहेत. परंपरेच्या बेड्या त्यांनी स्वतःहून आपल्या पायात अडकवून घेतलेल्या आहेत. अशा सनातनवादी विचारांचा परामर्श घेताना मिल यांनी असे मत व्यक्त केले की, शतकानुशतके असलेल्या गुलामगिरीमुळे आणि सर्वच संधी तत्कालीन समाजाने नाकारलेल्या असल्याने स्त्रियांना दुबळेपणा आलेला आहे.

२) लिंगभेद दुबळेपणाचा आधार नाही :

मिलच्या मते, लिंगभेद हा कधीच दुबळेपणाचा आधार ठरू शकत नाही. समाजातील प्रस्थापित घटकांनी आपले अधिकार टिकून रहावेत, त्यांना कोणताही धक्का लागू नये, या दृष्टीने तत्कालीन समाजाने स्त्रियांवर अनेक बंधने लादली व स्त्रियांना गुलाम म्हणून वागविण्यास सुरूवात झाली. तसेच लिंगभेदामुळे स्त्रियांना दुबळेपणा आलेला आहे हे सनातनवाद्यांचे मत मिलने खोडून काढले.

३) स्त्री–स्वातंत्र्याचा पुरस्कार :

इंग्लंडच्या राजकीय इतिहासात सर्वप्रथम स्त्री–स्वातंत्र्याचा पुरस्कार जॉन स्टुअर्ट मिल यांनी केला. स्त्रियांना पुरूषांप्रमाणे संधी व स्वातंत्र्य दिले तर त्या अधिक सुखी होतील व स्त्रियांना मिळालेल्या अधिकारांमुळे त्यांचे समाजकारण, अर्थकारण व राजकारण यात अत्यंत मोलाचे योगदान असेल असा युक्तिवाद मिल यांनी केला. आज केवळ इंग्लंडमध्येच नव्हे, तर संपूर्ण जगभर स्त्रियांना व्यवसाय, राजकारण, समाजकारण या क्षेत्रात स्थान मिळालेले आहे. त्याचे संपूर्ण श्रेय जॉन स्टुअर्ट मिलने केलेल्या कार्याला जाते. आज जगातील बहुतांश राष्ट्रात पुरूषांच्या बरोबरीने स्त्रियांना मतदानाचा तसेच सर्वच क्षेत्रात बरोबरीचा मिळालेला अधिकार म्हणजे मिल यांनी केलेल्या कार्याची पोचपावती आहे असे नमूद करणे संयुक्तिक आहे.

सरावासाठी प्रश्न

प्र. १. दीर्घोत्तरी प्रश्न.

१) मिलचे जीवन आणि कार्य स्पष्ट करा.

२) मिलच्या प्रातिनिधिक शासनविषयक विचारांवर होणाऱ्या टीका स्पष्ट करा.

३) मिलने स्त्रियांच्या स्थितीबाबत केलेले विवेचन स्पष्ट करा.

४) मिलचे प्रातिनिधिक शासनविषयक विचार स्पष्ट करा.

५) मिलच्या विचारांचे मूल्यमापन करा.

६) मिलच्या स्वातंत्र्यविषयक विचारांचा सविस्तरपणे आढावा घ्या.

७) मिलचे उपयुक्ततावादविषयक विचार स्पष्ट करा.

प्र. २. टिपा लिहा.

१) मिलप्रणित आचारस्वातंत्र्य.

२) मिलप्रणित विचारस्वातंत्र्य.

३) मिलच्या विचारांचे गुण.

४) मिलच्या विचारांचे दोष.

प्रकरण ४

कार्ल मार्क्स

प्रस्तावना :

जन्म : इ.स. १८१८

मृत्यू : इ.स. १८८३

महत्त्वाचे ग्रंथ: द होली फॅमिली, दास कॅपिटल, कम्युनिस्ट मॅनेफॅस्टो, पॉवर्टी ऑफ फिलॉसॉफी इत्यादी.

पाश्चात्त्य राजकीय विचारवंतांमध्ये कार्ल मार्क्सचे स्थान सर्वात महत्त्वाचे मानले जाते. जर्मन समाज सत्तावादी विचारवंत आणि तत्त्ववेत्ता कार्ल मार्क्स हा समाजाचे भौतिकवादी दृष्टिकोनातून स्पष्टीकरण करणारा विचारवंत म्हणून जगात सर्वत्र प्रसिद्ध आहे. कार्ल मार्क्सचे विचार राज्यशास्त्राच्या बौद्धिक जडण-घडणीसाठी उपयुक्त ठरले आहेत. मार्क्सने प्रामुख्याने भांडवलशाही समाज व्यवस्थेचे विश्लेषण करताना आपले विचार मांडले आहेत. त्यासाठी त्याने हेगेलप्रणित द्वंद्वात्मक पद्धतीचा वापर करून द्वंद्वात्मक भौतिकवादाचा सिद्धांत मांडला. मार्क्सने समाज परिवर्तनाचा आढावा घेत असताना, आर्थिक घटकांमधील परिवर्तन हे समाज परिवर्तनास कशा प्रकारे चालना देते ? याचे स्पष्टीकरण दिले आहे. त्यातूनच मार्क्सचा ऐतिहासिक भौतिकवादाचा सिद्धांत समोर आला. समाजातील सर्व परिवर्तनाच्या पाठीमागे आर्थिक घटक किंवा उत्पादन पद्धती असते असे मार्क्स स्पष्ट करतो व वेगवेगळ्या समाज व्यवस्थांमधील परिवर्तनाचा संदर्भ देतो. भांडवलशाहीचे स्पष्टीकरण देताना कामगार वर्गाचे भांडवलदार वर्गाद्वारे कशा प्रकारे शोषण होते यासाठी मार्क्सने अतिरिक्त मूल्यांचा सिद्धांत मांडला आहे. शोषणाचा हा आकृतिबंध जेव्हा परमोच्च पातळीवर जाऊन पोहोचतो तेव्हा कामगार वर्ग संघटित होऊन भांडवलदारांविरोधात क्रांती करतात. या क्रांतीमुळे भांडवलशाही व्यवस्था नष्ट होते व समाजवादाची प्रस्थापना होते. कार्ल मार्क्सने वर्गविरहित व राज्यविरहित समाज व्यवस्था म्हणून साम्यवादाची मांडणी केली आहे. त्याचे हे विचार जाणून घेणे आवश्यक आहे.

४.१ मार्क्सचे जीवन आणि कार्य :

कार्ल मार्क्स हे १९ व्या शतकातील एक जर्मन अर्थशास्त्रज्ञ व तत्त्वज्ञ होते. त्यांनी अनेक विषयांवर लिखाण केले पण त्यांचे वर्गसंघर्षावरील लिखाण हे जास्त प्रसिद्ध आहे. फ्रेडरिक एन्जेल्स प्रमाणे मार्क्सने देखील तत्कालिन राजकीय लढ्यांमध्ये भाग घेतला. कार्ल मार्क्स यांनी दास कॅपिटाल या ग्रंथाचा पहिला खंड इ.स. १८६७ मध्ये प्रसिद्ध केला.

४.१.१ मार्क्सचे जीवन :

कार्ल मार्क्स (५ मे १८१८-१४ मार्च १८८३) साम्यवादी विश्वक्रांतीचा कृतिशील पुरस्कर्ता, समाजशास्त्रज्ञ, अनेक समाजवादी विचारसरणींपैकी एका समाजवादी विचारसरणीचा प्रणेता होता. तसेच १९१८ साली झालेल्या रशियातील साम्यवादी क्रांतीच्या आणि १९४९ मध्ये चीनमध्ये झालेल्या साम्यवादी क्रांतीच्या तत्त्वज्ञानाचा मूळ प्रणेता होता.

१) सुरूवातीचा कालखंड :

यहुदी वा ज्यू मातापितरांपासून पश्चिम जर्मनीतील ऱ्हाइनलंड या प्रांतातील ट्रीर शहरात कार्लचा जन्म झाला. पित्याचे नाव हाइन्रिख पित्याचा वकिलीचा धंदा चांगला चालत होता. त्याला ख्रिश्चन धर्माचा स्वीकार करावा लागला त्याला ज्ञानोदय आंदोलनामध्ये रस होता, त्याचे कांट आणि व्हॉल्सेअर हे आवडते लेखक. कार्लला वयाच्या ६व्या वर्षीच बाप्तिस्मा मिळाला. कार्लचे प्राथमिक व माध्यमिक शिक्षण ट्रीर याच गावी झाले. ज्या माध्यमिक विद्यालयात शिक्षण झाले त्याच्यावर सरकारची कडक नजर होती कारण तेथे उदार स्वातंत्र्यवादी विचाराच्या प्रभावाखाली काम करणारे शिक्षक होते. कार्ल मार्क्सच्या कुमारवयातील लेखनामध्येच मानवजातिकरता ख्रिस्ताप्रमाणे आत्मयज्ञ केला पाहिजे या उदात्त भावनेची अस्वस्थता व्यक्त होते: १८३५ मध्ये बॉनविद्यापीठामध्ये त्याला प्रवेश मिळाला. त्याने मानव्यविद्यांचा अभ्यासक्रम सुरू केला. ग्रीक व रोमन पुराणविद्या आणि कलेचा इतिहास हे विषय मार्क्सने निवडले होते. विद्यार्थ्यांच्या बहिःशाल कार्यक्रमांमध्ये त्याने खूप रस घेतला. तो द्वंद्वयुद्धामध्येही लढला आहे. विद्यार्थ्यांच्या राजकीय चळवळीमध्ये त्याने पुढारीपण केले. बंडखोर कविमंडळाचा सदस्य होऊन कविता लेखनही केले. विद्यार्थ्यांच्या राजकारणाला भरती आली होती. १८३६ साली बॉन शहर सोडून बर्लिन विद्यापीठामध्ये विधिशास्त्र (कायदा) आणि तत्त्वज्ञान या विषयांकरता प्रवेश मिळवला.

२) शैक्षणिक विद्वत्ता :

बर्लिन येथे यंग हेगेलियन-तरुण हेगेलवादी-मंडळींच्या सहवासात मार्क्स आला. तत्त्वज्ञान आणि साहित्य या विषयांसंबंधी नवे विचारप्रवाह बर्लिनच्या बुद्धिमंत आणि साहित्यकारामध्ये खळखळून वहात होते. त्यांच्यामध्ये ब्रूनो बाउअर हा प्रमुख होता. हा धर्मशास्त्राचा व्याख्याता होता. मानवाच्या भावनात्मक आत्यंतिक गरजांमधून निर्माण झालेल्या अद्भुतरम्य दिवास्वप्नांची निर्मिती म्हणजे ख्रिस्ती बायबलमधील धर्मोपदेश होत आणि स्वतः ख्रिस्तही तसाच होय. ख्रिस्त ही ऐतिहासिक व्यक्ती नाही. फार मोठी सामाजिक उलथापालथ नजिकच्या भविष्यकाळी होणार आहे, असा भविष्यवाद बाउअर शिकवीत होता. बाउअर याला १८३९ मध्ये सरकारने विद्यापीठातून हाकलून दिले. तो कार्ल मार्क्सचा अत्यंत निकटचा मित्र होता.

येना विद्यापीठाला १८४१ मध्ये आपला डॉक्टरेटचा प्रबंध कार्ल मार्क्सने दिला. डीमॉक्रिटस आणि एपिक्यूरस या ग्रीक निसर्गतत्त्ववेत्त्यांच्या तत्त्वज्ञानाची हेगेलियन दृष्टिकोनातून मार्क्सने या प्रबंधात छाननी केली आहे. या प्रबंधामध्ये मार्क्सने म्हणले आहे : 'तत्त्वज्ञान ही गोष्ट लपवीत नाही ती म्हणजे प्रॉमीथिअस या देवपुत्राची कबुली. तत्त्वज्ञानालाही सगळ्या देवांची घृणा आहे. प्रॉमीथिअस महान संत व हुतात्मा होता, ही गोष्ट तत्त्वज्ञानाच्या इतिहासाने नोंदवली आहे.'

३) वृत्तपत्र लिखाण :

१८४२ जानेवारीमध्ये जर्मनीतील कोलोन या शहरातून प्रसिद्ध होणाऱ्या ऱ्हाइनिश्चे झाइटुंग या वृत्तपत्रात मार्क्सने लेखन सुरू केले. मार्क्सने लेखनस्वातंत्र्यावर जे लेखन केले आहे, ते याच काळातील होय. कोलोन हे शहर त्या काळी जर्मनीतील पुढारलेले औद्योगिक शहर होते. त्या शहरातील तरुण व्यापारी, बँक चालविणारे आणि उद्योजक यांच्या गटाचे उदार लोकशाहीवादी मुखपत्र म्हणून वरील वृत्तपत्र चालविले जात होते. मार्क्सने लेखनस्वातंत्र्याबद्दल असा मुद्दा मांडला आहे की, 'दुबळे आणि दुर्बुद्धीचे मर्त्य मानव जेव्हा दुसऱ्याच्या लेखनस्वातंत्र्यावर आघात करतात, मर्यादा घालतात, तेव्हा ते स्वताःला सर्वज्ञ समजत असतात'. या कालखंडात मार्क्सची उच्चतम नैतिक मानदंडावर आणि विश्वव्यापी नीतिशास्त्रावर श्रद्धा होती. १५ ऑक्टोबर १८४२ रोजी ऱ्हाइनिदचे झाइटुंग या वृत्तपत्राचा तो संपादक बनला. त्यात साम्यवादाची एका नव्या रूपात मांडणी त्याने सुरू केली. व्यावहारिक बुद्धीचे, उदारमतवादी, कायद्याच्या मर्यादेत राहून स्वातंत्र्याचा विस्तार करावा अशा मताचे लोक त्याने आपल्या मित्रमंडळीत सामावून घेतले होते. जर्मनीच्या प्रमुख वृत्तपत्रांमध्ये मार्क्सच्या वृत्तपत्राने प्रमुख स्थान मिळविले. त्याचा तिप्पट खप होऊ लागला. रशियन सरकारच्या दबावामुळे जर्मन सत्ताधाऱ्यांनी मार्क्सचे हे वृत्तपत्र बंद पाडले.

४) भटकंतीचा कालखंड :

जेनी व्हान वेस्टफॉलेन या आकर्षक, हुशार, वाखाणलेल्या उच्चकुलीन तरूणीशी त्याची ७ वर्षे मैत्री होती. जून १८४३ मध्ये तिच्याशी मार्क्स विवाहबद्ध झाला. जेनीच्या वडिलांना कार्ल मार्क्स हा तरूण आवडत होता परंतु त्या कुटुंबातील इतर मंडळींना हा विवाह मान्य नव्हता. फ्रेंच साम्यवादाचा आभ्यास करण्याकरता मार्क्स पॅरिसला गेला. फ्रेंच आणि जर्मन कामगारवर्गाच्या साम्यवादी संघटनांशी त्याचा संबंध आला. फ्रांसच्या सरकारने जर्मन सरकारचा रोख लक्षात घेऊन मार्क्सला हद्दपार केले.

५) ब्रूसेल्स येथील वास्तव्य :

५ फेब्रुवारी १८४५ रोजी मार्क्स ब्रूसेल्सला येऊन राहिला. त्याने जर्मन नागरिकताही टाकली. ब्रूसेल्सला आल्यानंतर तेथील २ वर्षांच्या काळात फ्रीड्रिख एंगेल्स याच्याशी समान ध्येयवादामुळे मैत्री दृढ झाली ती जन्मभर टिकली. एंगेल्सचा इंग्लंमध्ये मँचेस्टर येथे कापड कारखाना होता. त्यात त्याला १८६४ पासून चांगली मिळकत होत होती. त्या वेळच्या इंग्लंमधील औद्योगिक क्रांतीचेही अनुकूल-प्रतिकूल परिणाम त्याला अभ्यासावयास मिळाले. मोझेस हेस, रॉबर्ट ओएन व तरूण हेगेलवादी यांच्या प्रभावाखाली येऊन एंगेल्स अगोदरच साम्यवादी झाला होता. मार्क्सच्या मैत्रीच्या काळात तो साम्यवादाचा तत्त्वज्ञानी बनला. वैचारिक सहकार्य सुरू झाले. त्या दोघाना मिळून प्रथम द होली फॅमिली आणि द जर्मन आयडियॉलॉजी हे दोन महत्त्वाचे ग्रंथ लिहून पूर्ण केले. इतिहासाची भौतिक उपपत्ती सविस्तर रीतीने या ग्रंथांमध्ये मांडली आहे. हे दोन ग्रंथ त्यांच्या हयातीत कधीच प्रकाशित होऊ शकले नाहीत कारण प्रकाशक मिळाला नाही.

६) साम्यवादी लिखाण :

यानंतर द कम्युनिस्ट मॅनिफेस्टो ही पुस्तिका एका विलक्षण परिस्थितीमध्ये मार्क्स आणि एंगेल्स यांनी लिहिली आणि ती प्रसिद्ध झाली. यूरोपातील 'द लीग ऑफ द-जस्ट' नामक गुप्तमंडळी जून १८४७ मध्ये लंडन येथे जमली आणि त्यांच्या बैठकीत राजकीय कार्यक्रम तयार करण्याचे ठरविण्यात आले. या मंडळींनी मार्क्सकडे एक प्रतिनिधी पाठवून त्याला विनंती केली, की तु आमच्या या लीगचा सभासद हो. मार्क्स एंगेल्ससह त्या लीगमध्ये सामील झाला. त्या लीगचे नाव बदलून 'कम्युनिस्ट लीग' असे ठेवले. मार्क्स आणि एंगेल्संना कार्यक्रम

आखण्यास सागितले. १८४७ च्या डिसेंबरपासून१८४८ च्या जानेवारी अखेरपर्यंत खपून कम्युनिस्ट जाहीरनामा त्यांनी तयार केला आणि तो लीगने स्वीकारला.

७) क्रांतिकारी विचारांची मांडणी :

फ्रान्स, इटली आणि ऑस्ट्रिया या देशांमध्ये १८४८ च्या पूर्वार्धात क्रांतीची लाट उसळली. बेल्जियमचे सरकार मार्क्सला हद्दपार करणार हे लक्षात घेऊन या क्रांतिकारक गटाच्या एका सदस्याने मार्क्सला पॅरिस येथे बोलावून घेतले. न्यू ऱ्हाइनिश्चे झाइटुंग या नवीनच, १८४९ जूनमध्ये स्थापन झालेल्या वृत्तपत्रात आपला दृष्टिकोन मार्क्सने मांडण्यास सुरूवात केली. जर्मनीच्या सम्राटाने बर्लिनची लोकसभा बरखास्त केली. त्याविरूद्ध मार्क्सने सशस्त्र उठाव करण्याला आव्हाहन दिले. कोलोन या शहरात कामगारांच्या जमावापुढे भाषण केले. मार्क्सवर सरकारने राजद्रेहाचा खटला भरला. त्यात मार्क्सने आपली बाजू संविधानाशी सुसंगत आहे असे सिद्ध केले. जर्मनीचा राजाच घटनेविरुद्ध वागला हे दाखवून दिले. न्यायाधिश मंडळाने मार्क्सची बाजू मान्य करून त्याला दोषमुक्त केले परंतु मार्क्सला घटनेच्या अनुसाराने संसदेची पुन्हा स्थापना करण्यात यश आले नाही. लोकांच्या उठावांचा उपयोग झाला नाही. १६ मे १९४९ मध्ये मार्क्सला हद्दपारीची शिक्षा झाली त्याने चालविलेल्या वृत्तपत्राचा शेवटचा प्रक्षोभक अंक प्रसिद्ध झाला.

८) हालाखीचा कालखंड :

मार्क्स पॅरिसला गेला परंतु तेथूनही त्याला हद्दपार व्हावा लागले. १८४९ ऑगस्टमध्ये तो लंडनला कायम राहण्यास गेला., मार्क्सचा १८५० ते १८६४ हा काळ मानसिक यातना आणि कौटुंबिक, आर्थिक विवंचना यांमध्ये गेला. मार्च १८५० मध्ये तो, त्याची बायको, त्याची ४ लहान मुले यांना बिऱ्हाड सोडावे लागले आणि कर्जापायी होते-नव्हते तेवढे गमवावे लागले. एंगेल्स मँचेस्टर येथे कारखान्यामध्ये कालांतराने भागीदार झाला तेव्हा म्हणजे १८६४ मध्ये मार्क्सला तो पुरेशी आर्थिक मदत देऊ लागला. इतरही अनेक मित्रांनी आणि बायकोच्या नातेवाईकांनीही थोडी बहुत मदत केली. १८५१ ते १८६२ पर्यतच्या कालावधीत सु. ५०० लेख आणि संपादकीय मजकूर मार्क्सने पाठविला. त्यात एंगेल्सचाही चवथा हिस्सा होता. या लेखांचे विषय त्या काळचे सगळे राजकीय विश्व, त्यातील सामाजिक चळवळी आणि आंदोलने होती भारत, चीन ते ब्रिटन आणि स्पेन यांचा अंतर्भाव केला होता.

९) संघटनात्मक कार्य :

१८६४ च्या अखेरीस मार्क्सने 'इंटरनॅशनल वर्किंग मेन्स असोसिएशन' या संस्थेत शिरून एकलकोंडेपण संपविले. या संस्थेचा तो वैचारिक नेता बनला. २८ सप्टेंबर १८६४ ला या संस्थेची सार्वजनिक ठिकाणी सभा झाली त्यात जर्मन कामगारांचा प्रतिनिधी म्हणून कार्ल मार्क्स उपस्थित राहिला. या संस्थेच्या एका उपसमितीवर त्याची नेमणूक झाली. या संस्थेला त्याच्या वृत्तपत्रीय दीर्घकालीन अनुभवाचा फार उपयोग झाला. या संघटनेची सदस्यसंख्या १८६९ मध्ये आठ लाखांच्या पुढे गेली.

१०) कामगार वर्गावर प्रभाव :

१८७० मध्ये फ्रेंच-जर्मन युद्धात फ्रान्सचा पराभव झाला. त्यानंतर १८७१ च्या मार्चमध्ये पॅरिस येथे पॅरिस कम्यून नावाची क्रांतीकारी संघटना निर्माण होऊन तिच्या हाती पॅरिसची राजकीय सत्ता आली. या पॅरिस कम्यूनला मार्क्सने संपूर्णपणे पाठिंबा दिला. पॅरिस कम्यूनच्या पराभवानंतर 'इंटरनॅशनल वर्किंग मेन्स असोसिएशन', या संघटनेमध्ये फाटाफुट होण्यास सुरुवात झाली. कार्ल मार्क्सने पॅरिस कम्यूनला उचलून धरले हे जॉर्ज ओजरसारख्या इंग्लिश मजूर-नेत्याला मान्य नव्हते. इंग्लिश संसदेने १८६७ साली कामगारवर्गाला मतदानाचा हक्क सम्मत केला. त्यामुळे

कामगार संघटनांना राजकीय कृती करण्यास आवश्यक असे व्यापक स्वातंत्र्य लाभले. उदारमतवादी पक्षाला त्या वेळी इंग्लंडमध्ये महत्त्व होते. त्याच्याशी सहकार्य करून कामगारवर्गाचे प्रश्न चागल्या रीतीने निर्णित होतील, असा कामगार नेत्यांना विश्वास उत्पन्न झाला. त्यामुळे मार्क्सची भुमिका अतिरेकी म्हणून अमान्य झाली.

११) उत्तरार्ध :

अखेरच्या १० वर्षाच्या कालखंडात मार्क्सच्या सर्जनशक्तीला उतरती कळा लागली. 'खिळलेला मानसिक निरुत्साह' असे या अवस्थेला मार्क्सनेच स्वतः निर्दिष्ट केले आहे. रशियन साम्राज्यशाही ही सर्वांत मोठी प्रतीगामी शक्ती यूरोपात आहे आणि तिचा नाश झाल्यानंतरच कामगारवर्गाच्या उत्साहशक्तीला प्रेरणा मिळून राजकीय सामर्थ्य प्राप्त होईल आणि ही गोष्ट यूरोपमध्ये युद्धाचा भडका उडूनच घडणे शक्य आहे, असे त्याला वाटत होते. १८८१ मध्ये अलेक्झांडर दुसरा हा रशियाचा झार रशियन अतिरेक्यांनी ठार केला या अतिरेक्यांच्या निःस्वार्थी हुतात्मेपणाची भावपूर्ण प्रशंसा कार्ल मार्क्सने केली. शेवटची काही वर्षे मार्क्सने आरोग्यधामामध्येच काढली. २ डिसेंबर १८८१ मध्ये त्याची अत्यंत प्रिय पत्नी कालवश झाली. त्यामुळे तो खचला. त्याची सगळ्यात वडील मुलगी जैनी लाँगे ११ जानेवारी १८८३ मध्ये निवर्तली आणि नंतर २ महिन्यांतच कार्ल मार्क्सची जीवितयात्रा संपली.

४.१.२ मार्क्सचे कार्य :

कार्ल मार्क्सच्या शास्त्रीय समाजवादात द्वंद्वात्मक भौतिकवाद, ऐतिहासिक भौतिकवाद, अतिरिक्त मूल्य सिद्धांत, वर्गसंघर्ष, राज्यविहीन व वर्गविहीन समाज या साऱ्यांचा समावेश होतो. मार्क्सने आपल्या पूर्वीच्या समाजसत्तावाद्यांची कल्पनाविश्वात रमणारे म्हणून हेटाळणी केली व त्याची विचारापेक्षा आपला विचार वेगळा आहे, हे दाखवण्यासाठी त्याला शास्त्रीय वा वैज्ञानिक हे विशेषण लावले. मार्क्सचा विचार वेगळा आहे हे खरे, पण तोच केवळ एक समाजसत्तावादी विचार आहे, अशी जी समजूत करून देण्यात आली ती मुळीच खरी नाही. 'द होली फॅमिली', 'दास कॅपिटल', 'कम्युनिस्ट मॅनेफॅस्टो', 'पॉवर्टी ऑफ फिलॉसॉफी' इत्यादी. महत्वपूर्ण ग्रंथांची रचना मार्क्सने केली आहे.

पाश्चिमात्य राजकीय विचारवंतामध्ये कार्ल मार्क्सचे स्थान सर्वोच्च आहे. त्याने आपल्या विचारांद्वारे समाजातील अनेक महत्त्वपूर्ण प्रश्नांना समोर आणले. जे प्रश्‍न पूर्वीच्या राजकीय विचारवंतांनी दुर्लक्षित केले, त्यांची दाद घेऊन मार्क्सने सर्वसमावेशक असे विवेचन प्रस्तुत केले आहे. त्यामुळे जगातील अनेक राज्यव्यवस्थांनी कार्ल मार्क्सच्या विचारांचा पुरस्कार करुन साम्यवादी समाजाची उभारणी करण्याचा प्रयत्न केलेला दिसतो. कार्ल मार्क्सच्या विचारांचे जसे काही समर्थक आहेत तसेच काही विरोधकही आहेत. त्यामुळे मार्क्सच्या विचारांचे मूल्यमापन करणे योग्य ठरेल. कार्ल मार्क्सच्या राजकीय विचारांचे मूल्यमापन पुढील चर्चेच्या अनुषंगाने करता येईल.

अ) मार्क्सच्या विचारांचे महत्त्व :

मार्क्सच्या विचारांचे महत्त्व पुढील मुद्यांच्या आधारे स्पष्ट करता येईल :

१) वास्तवतेवर आधारित :

कार्ल मार्क्सचे राजकीय विचार हे मोठ्या प्रमाणावर वास्तवतेवर आधारित आहेत. मार्क्सने समाज व्यवस्थेतील अनेक ज्वलंत प्रश्नांना आपल्या विचारांद्वारे वाचा फोडली आहे. तत्कालीन भांडवलशाही व्यवस्थेत आढळून येणारी परिस्थिती त्याच्या विचारातून जशास तशी परावर्तित झाली आहे. त्याने आपला प्रत्येक सिद्धांत मांडताना वास्तवतेचे भान ठेवलेले दिसते. त्यामुळेच त्याचे विचार महत्त्वाचे ठरतात.

२) समाज परिवर्तनास पोषक :

कार्ल मार्क्सचे राजकीय विचार हे समाज परिवर्तनाच्या दृष्टीने महत्त्वाचे मानले जातात. त्याने ऐतिहासिक नियमांचा आधार घेऊन समाजात परिवर्तन कशा प्रकारे घडून येते याचे स्पष्टीकरण दिले आहे. त्यासाठी तो वेगवेगळ्या समाज विकासाच्या अवस्था स्पष्ट करतो. त्याने समाज परिवर्तनासाठी प्रतिपादन केलेला संघर्षाचा मार्ग देखील अनेक राजकीय व्यवस्थांसाठी फलदायी ठरला आहे.

३) आर्थिक घटकांना महत्त्व :

कार्ल मार्क्सने आपल्या राजकीय विचारात आर्थिक घटकांना महत्त्वाचे स्थान दिले आहे. सर्व परिवर्तनासाठी आर्थिक घटक म्हणजेच समाजातील उत्पादन पद्धतीच कारणीभूत ठरते, असे तो स्पष्ट करतो. त्याने मांडलेला हा विचार आजच्या काळात देखील प्रासंगिक वाटतो. कारण सर्व व्यवहारांच्या पाठीमागे आर्थिक घटकच असलेले दिसून येतात.

४) कष्टकरी वर्गास प्रेरणा :

कार्ल मार्क्सचे सर्वच विचार समाजातील कष्टकरी वर्गास नवी प्रेरणा देणारे आहेत. भांडवलशाहीत कष्टकरी लोकांचे शोषण कसे घडून येते ? व त्यातून कशा प्रकारे बाहेर पडता येईल याचे सविस्तर विवेचन मार्क्सने प्रभावपूर्ण शैलीत केले आहे. त्यामुळे मार्क्सच्या विचाराने कष्टकरी, श्रमिक वर्ग मोठ्या प्रमाणावर जागृत झाला व आपल्यावर होणाऱ्या अन्यायाविरोधात आवाज उठवू लागला. यातच मार्क्सच्या विचारांचे महत्त्व आहे.

५) श्रमाचे महत्त्व :

मार्क्सने आपल्या विचारांद्वारे श्रमाचे मानवी जीवनात असणारे महत्त्व दाखवून दिले आहे. आपला अतिरिक्त मूल्याचा सिद्धांत मांडताना मार्क्सने वस्तूच्या मूल्यनिर्धारणात श्रमाचे असणारे महत्त्व प्रतिपादन केले आहे. तसेच समाजातील प्रत्येक सक्षम व्यक्तीने किमान श्रम करणे आवश्यक आहे असे तो मानतो. म्हणजेच त्याचे विचार श्रमाचे महत्त्व वाढविणारे आहेत.

ब) मार्क्सच्या विचारांतील उणिवा :

कार्ल मार्क्सच्या विचारात काही उणिवा दिसून येतात. पुढील मुद्यांच्या आधारे त्याचा आढावा घेता येईल :

१) केवळ भौतिक घटकांना स्थान :

मार्क्सने आपल्या विचारांत केवळ भौतिक घटकांनाच महत्त्वाचे स्थान दिले आहे. भौतिक घटक परिवर्तन प्रक्रियेत महत्त्वाचे ठरत असले, तरी ते सर्वस्वी नाहीत. सामाजिक व राजकीय परिवर्तनासाठी इतर अनेक घटक कारणीभूत ठरत असतात. मार्क्सच्या विचारांत अशा घटकांकडे दुर्लक्ष झालेले दिसून येते. त्याने अनेक महत्त्वपूर्ण घटकांकडे दुर्लक्ष करताना भौतिक घटकांना अवास्तव महत्त्व दिले.

२) मध्यम वर्गाकडे दुर्लक्ष :

कार्ल मार्क्सने आपल्या वर्गविषयक विचारांची मांडणी करताना कामगार वर्ग व भांडवलदार वर्ग या दोनच वर्गांना महत्त्व दिले आणि त्यांच्यातील संघर्षाबाबत सर्व चिंतन प्रस्तुत केले. मात्र या दोन वर्गांखेरीज मध्यम वर्ग हा एक महत्त्वाचा वर्ग देखील समाजात मोठ्या प्रमाणात अस्तित्त्वात असतो, याचा मार्क्सला विसर पडलेला दिसतो. टीकाकारांच्या मतानुसार, मार्क्सच्या विचारातील ही मोठी उणीव आहे.

३) हिंसक मार्गांना प्रोत्साहन :

कार्ल मार्क्सने भांडवलशाही व्यवस्थेत परिवर्तन घडवून आणण्यासाठी श्रमिक वर्गाच्या सशस्त्र क्रांतीचा पुरस्कार केला आहे. वास्तविकपणे सामाजिक व राजकीय परिवर्तनाची प्रक्रिया ही रचनात्मक मार्गाने देखील घडून येऊ

शकते. मार्क्सने मात्र, केवळ हिंसक मार्गांद्वारे होणारे परिवर्तनच विचारात घेतले. त्यामुळे त्याच्या विचारांवर टीका होताना दिसतात.

४) अप्रस्तुतता :

टीकाकारांच्या मतानुसार, कार्ल मार्क्सची अनेक भाकीते खोटी ठरली. त्यामुळे त्याचे विचार अप्रस्तुत ठरतात. मार्क्सने श्रमिक वर्गाच्या क्रांतीनंतर ज्या समाज व्यवस्थेचा पुरस्कार केला होता, ती प्रत्यक्षात येऊ शकली नाही. साम्यवादी समाजाची प्रस्थापना होऊन वर्गविरहित व राज्यविरहित समाज अस्तित्त्वात येईल असा निष्कर्ष मार्क्सने मांडला होता. सोव्हिएत रशियाचे उदाहरण लक्षात घेतले असता हा निष्कर्ष फोल ठरलेला दिसतो.

५) भांडवलशाहीचे चुकीचे आकलन :

मार्क्सने आपल्या विचारांची मांडणी भांडवलशाही समाज व्यवस्थेच्या आधारे केली आहे. मात्र, भांडवलशाहीबाबतचे त्याचे आकलन मुळात चुकीचे असल्याने त्याचे विचार एककेंद्री स्वरुपाचे बनले आहेत. भांडवलशाही ही शोषणावर आधारित व्यवस्था आहे, असे म्हणताना भांडवलशाहीतील विधायक बाजूंकडे तो सोयीस्करपणे दुर्लक्ष करतो. त्यामुळे त्याचे विचार समतोल स्वरुपाचे वाटत नाहीत.

अशा प्रकारे कार्ल मार्क्सच्या विचारांवर अनेक आक्षेप घेतले जातात. मात्र, मार्क्सने ज्या कालखंडात हे विचार मांडले, तो कालखंड लक्षात घेतला असता मार्क्सच्या विचारांचे महत्त्व स्पष्ट होते. पुढील काळात भांडवलशाहीत कोणती परिवर्तने घडून येतील याचा विचार त्या काळात करणे असंभवनीय होते. त्यामुळे मार्क्सचे विचार आजच्या परिस्थितीत लागू ठरत नाहीत म्हणून ते अप्रासंगिक ठरत नाही. तर बदलत्या परिस्थितीत त्यांचा अन्वयार्थ लावणे आवश्यक ठरते.

४.२ राज्यविषयक विचार :

'कम्युनिस्ट मेनिफेस्टो' या ग्रंथात कार्ल मार्क्सने 'राज्य' या संकल्पनेविषयक विचार मांडले आहेत. भांडवलदारांना मजुरांचे शोषण करता यावे यासाठी तयार केलेले साधन म्हणजे 'राज्य' होय असा दृष्टिकोन कार्ल मार्क्सने मांडला आहे. कार्ल मार्क्सचा राज्यविषयक दृष्टिकोन अभ्यासताना ॲरिस्टॉटलची विचारसरणी व कार्ल मार्क्सची विचारसरणी यात मूलभूत फरक आढळतो.

अ) मार्क्सचा राज्यविषयक दृष्टिकोन :

मार्क्सचा राज्यविषयक दृष्टिकोन पुढील मुद्यांच्या आधारे जाणून घेता येईल :

१) मजूर वर्गाचे शोषण करण्याचे साधन :

'मजुरांचे शोषण करण्यासाठी भांडवलदारांचे हित जोपासणारी मध्यवर्ती संस्था म्हणजे राज्य होय' असे मत कार्ल मार्क्सने व्यक्त केले आहे. कार्ल मार्क्सच्या मते, शासकांचे हितसंरक्षण करण्यासाठी व मजुरांचे शोषण करण्यासाठी निर्माण केलेले कृत्रिम संघटन म्हणजे 'राज्य' होय. कार्ल मार्क्स हा राज्यविहीन समाजरचनेचा कट्टर पुरस्कर्ता होता. साहजिकच त्याचा राज्यविषयक दृष्टिकोन संकुचित स्वरुपाचा होता. मजूरवर्गाचे शोषण करता यावे म्हणून भांडवलदारवर्ग शासकीय कायदे करवून घेतो व या कायद्यांच्या आधारानेच संपत्तीचे रक्षण करून मजूर वर्गाचे शोषण करतो व भांडवलदारवर्ग आपल्या संपत्तीत वाढ घडवून आणतो याच कारणासाठी राज्य ही भांडवलदारांची कार्यकारी समिती आहे असे मत मांडलेले आहे. कार्ल मार्क्सच्या मते, राज्याचा हेतू शासकवर्गाचे हित जपणे आणि मजुरांचे शोषण करणे हा असतो असे दिसून येते.

२) जनतेच्या पिळवणुकीचे साधन :

जनतेचे हित साधणे हा राज्याचा हेतू कधीच नव्हता असे मत फ्रेडरिक एंगल्स यानेही मांडलेले आहे. 'एका वर्गाचे दुसऱ्या वर्गाकडून शोषण करणारे यंत्र म्हणजे राज्य' असे वर्णन फ्रेडरिक एंगल्स याने व्यक्त केले आहे. कार्ल मार्क्सच्या मते, आदिम अवस्थेत जेव्हा माणूस राहायचा तेव्हा राज्य ही संकल्पना अस्तित्वात नव्हती. कार्ल मार्क्सने राज्यविषयक विचार मांडताना ऐतिहासिक भौतिकवादाचा आधार घेतला. त्याच्या मते, समाजाच्या विकासाच्या पहिल्या टप्प्यात राज्य ही संकल्पना नव्हती. मानवी समाजाच्या विकासातील दुसऱ्या टप्प्यात मालकवर्गाला मजूरवर्गावर वर्चस्व गाजवता यावे म्हणून राज्यसंस्थेची निर्मिती केली. तर मध्ययुगात सामंतशाहीचे हित जोपासण्यासाठी राज्य निर्माण झाले व चौथ्या टप्प्यात मजुरांची पिळवणूक करण्यासाठी व आपल्या संपत्तीत वाढ करण्यासाठी साधन म्हणून शासनसंस्थेचा वापर केला असे स्पष्ट मत कार्ल मार्क्सने व्यक्त केले आहे.

३) शोषकांच्या संपत्तीचे रक्षण करण्याचे साधन :

कार्ल मार्क्स 'कम्युनिस्ट मेनिफेस्टो' या ग्रंथात राज्याविषयीचे मत व्यक्त करताना स्पष्टपणे म्हणतो की, शोषकांच्या संपत्तीचे रक्षण करणारे साधन म्हणजे राज्य होय. या पद्धतीत शोषक समाजाचे हितसंबंध जोपासले जातात. 'शोषकांना पोषक असे साधन म्हणजे राज्य होय' असाही कार्ल मार्क्सचा दृष्टिकोन दिसून येतो. फक्त भांडवलदारांचे हित जपणाऱ्या शासनसंस्थेविरुद्ध कामगारांनी क्रांती करून श्रमिकांची सत्ता निर्माण करावी व राज्यसंस्थेचे विसर्जन करावे असे मत कार्ल मार्क्सने व्यक्त केले आहे. कार्ल मार्क्सने वर्गविहीन व राज्यविहीन समाजरचनेचा पुरस्कार केलेला होता. यात प्रत्येक व्यक्तीला योग्य काम व त्यानुसार दाम मिळविण्याची व्यवस्था होती. यालाच त्याने 'साम्यवाद' असे नाव दिले.

ब) राज्यविषयक दृष्टिकोनाची वैशिष्ट्ये :

कार्ल मार्क्सने मांडलेल्या राज्यविषयक दृष्टिकोनाची वैशिष्ट्ये पुढीलप्रमाणे सांगता येतील.

१) राज्यसंस्था ही कृत्रिम असल्याचे प्रतिपादन :

राज्यविहीन आणि वर्गविहीन समाजाचा पुरस्कार करणाऱ्या कार्ल मार्क्सने राज्य व्यवस्थेला 'कृत्रिम' असे म्हटले आहे. ''राज्यसंस्था ही कृत्रिम असून स्वार्थी हेतूने धनिक वर्गाने निर्धनांवर लादलेली यंत्रणा आहे, निर्धन वर्गाचे पिळवणूक करणारे यंत्र आहे'' असे कार्ल मार्क्स म्हणतो. शक्तीच्या जोरावर तयार केलेल्या या संस्थेने कायदा, पोलिस, सैन्य, तुरूंग यांचा वापर करून श्रमिकांना दाबून ठेवलेले आहे असे मत कार्ल मार्क्सने व्यक्त केलेले आहे. अशा दबावतंत्राचा वापर करणाऱ्या संस्थेचे विसर्जन करायला पाहिजे हे सांगायला कार्ल मार्क्स विसरत नाही.

२) संघर्षाच्या इतिहासावर भर :

कार्ल मार्क्सच्या मतानुसार मानवाला माहीत असलेला इतिहास संघर्षाचा आहे. उत्पादन साधने बदल्यामुळे समाजात शोषक आणि शोषित असे दोन वर्ग तयार झाले. मालक-मजूर, सामंत-गुलाम, भांडवलदार-कामगार असे दोन गट तयार होऊन पहिल्या गटाने दुसऱ्या गटाचे कायम शोषण केले. यातूनच संघर्ष निर्माण झाला. राज्य हे धनिकवर्गाचे हित जपते व मजुरांच्या हिताला कायम दुय्यम स्थान देते.

३) शोषण करण्याचे साधन म्हणून विश्लेषण :

राज्य हे कामगारवर्गाचे शोषण करण्याचे साधन आहे. भांडवलदार आपल्या शक्तीच्या जोरावर कामगारांचे शोषण करतो. या दोन्ही वर्गात कधीही समन्वय साधला जाऊ शकत नाही. या विधानाला आधार म्हणून त्याने अतिरिक्त मूल्य सिद्धान्त मांडला. कामगारांचे शोषण नष्ट करायचे असेल तर 'राज्य' ही संकल्पना उखडून टाकली पाहिजे असे त्याचे स्पष्ट मत होते.

४) राज्यास धनिकांचे हित जोपासणारे माध्यम मानले :

राज्य संस्थेने मजूरवर्गाचे हित कधीच पाहिले नाही, फक्त धनिकांचे हित जोपासण्याचे माध्यम तयार करून कार्य केले असे मत कार्ल मार्क्स व्यक्त करतो. राज्याच्या हेतूतच भेदभाव दिसून येतो. श्रमिकांना दबावाखाली ठेवणे व धनिकांना प्रोत्साहन देणे हेच राज्याचे कर्तव्य असल्याचे दिसून येते. राज्याकडून धनिकांच्या अंतर्गत व बाह्य संपत्तीचे रक्षण केले जाते.

५) राज्य ही कल्याणकारी संस्था नाही यावर भर :

राज्यसंस्थेमार्फत श्रमिकांचे शोषण केले जात असल्याने राज्य ही कल्याणकारी संस्था नाही. याला पर्याय म्हणून राज्यविहीन समाजरचना निर्माण झाली पाहिजे असे मत कार्ल मार्क्सने व्यक्त केले आहे.

क) राज्यविषयक विचारांवर टिका :

कार्ल मार्क्सने आपला राज्यविषयक दृष्टिकोन 'कम्युनिष्ट मेनिफेस्टो' या ग्रंथात मांडला. त्याने असे मत व्यक्त केले की, मानवी समाजाच्या विकासाच्या पहिल्या टप्प्यात राज्यसंस्था अस्तित्वात नव्हती. कारण सर्व माणसे एकमेकांच्या गरजांची पूर्तता वस्तूचे आदान-प्रदान करून पूर्ण करत. त्यावेळी जी व्यवस्था होती तिला कार्ल मार्क्सने 'प्राचीन साम्यवाद' असे म्हटले आहे. जसा समाज दुसऱ्या टप्प्यात गेला तसे साधनाचे एकत्रीकरण झाले व समाजाची विभागणी दोन गटात झाली. नंतरच्या काळात सामंतयुग आले आणि जमीनदार व शेतकरी असे दोन गट तयार झाले. एका वर्गाने दुसऱ्या वर्गावर अधिपत्य गाजवायला सुरुवात केली. यातूनच शोषक व शोषितवर्ग तयार झाले. राज्यसंस्थेची निर्मिती धनिकवर्गाकडून आपले हितसंबंध जोपासण्यासाठी केली गेली असे कार्ल मार्क्स म्हणतो. तसेच राज्य हे कामगारांचे शोषण करणारे यंत्र आहे, जे धनिकांचे हित जपते असे कार्ल मार्क्सने नमूद केले. जर कामगारवर्गाचे हित जोपासायचे असेल तर वर्गविहीन व राज्यविहीन समाजरचना तयार केली पाहिजे असे मत कार्ल मार्क्सने मांडले. कार्ल मार्क्सची विचारसरणी साम्यवादाने भारावलेली होती. त्यामुळे साहजिकच त्याने कामगारवर्गाचे हितसंबंध जोपासले जावेत यावर भर दिला; परंतु मार्क्सचा हा दृष्टिकोन एकांगी स्वरुपाचा होता असे म्हणता येईल. त्याने मांडलेला राज्यविषयक सिद्धान्त ही टीकाकारांच्या कचाट्यातून सुटलेला नाही.

१) राज्याचे एकांगी विवेचन :

कार्ल मार्क्सने राज्य या संकल्पनेचे एकांगी विवेचन केलेले आहे असे आढळते. त्यांच्या मते, श्रमिकांचे शोषण करणारे यंत्र म्हणजे राज्यसंस्था होय. तसेच ही एक कृत्रिम संस्था आहे. मात्र वास्तविक दृष्टिकोनाचा आधार घेतला तर असे दिसून येते की राज्य ही कृत्रिम संस्था नसून स्वाभाविक संस्था आहे. काळाच्या ओघात, व्यक्तींचे संरक्षण करण्यासाठी, हित जोपासण्यासाठी तयार झालेली संस्था आहे. व्यक्तीच्या सर्वांगीण विकासाची व सर्वश्रेष्ठ जीवनाची हमी देणारे हे एक साधन आहे. मानवी समाजाचे बाह्य आक्रमणापासून व अंतर्गत अशांतता यापासून रक्षण करणारे प्रभावी साधन म्हणून राज्यसंस्थेला महत्त्व दिले आहे. राज्यसंस्था ही फक्त धनिकांचेच हित जोपासते असे नाही तर या संस्थेकडून कामगारवर्गाचेही हित जोपासले जाते.

२) राज्याच्या कल्याणकारी स्वरुपाकडे दुर्लक्ष :

राज्यविषयक संकल्पना मांडताना कार्ल मार्क्स असे म्हणतो की, शक्तीच्या जोरावर कामगारांची पिळवणूक करण्याचे कार्य राज्यसंस्था करते. राज्य हे कृत्रिम असल्याने जनकल्याण हा राज्याचा कधीच दृष्टिकोन नव्हता.

कामगारांच्या हिताकडे कधीच सकारात्मक दृष्टिकोनातून राज्यसंस्थेने पाहिले नाही. राज्यसंस्थेवर भांडवलदारांचे वर्चस्व असते व ते शक्तीच्या जोरावर राज्यसंस्थेकडून आपल्या हिताचे कायदे करून घेतात व कामगारांची पिळवणूक करतात, म्हणजेच अप्रत्यक्षपणे राज्य हे कामगारांची पिळवणूक करण्याचे कार्य करते. परंतु वास्तविक दृष्टिकोनातून पाहिले तर असे दिसून येते की, अनेक राज्यांनी कामगारांच्या कल्याणासाठी विविध योजना राबविण्यात पुढाकार घेतलेला आहे व कल्याणकारी राज्य संकल्पना ही आधुनिक युगात अधिकाधिक व्यापक बनत चाललेली आहे.

३) परिवर्तनाच्या रचनात्मक मार्गांकडे दुर्लक्ष :

कार्ल मार्क्सने कम्युनिस्ट मेनिफोस्टो या ग्रंथात 'जगातील कामगारांनो एक व्हा !' असे आवाहन कामगारवर्गाला केले. राज्यसंस्थेचे विकृत स्वरूप बदलायचे असेल तर क्रांतीला पर्याय नाही असे मत त्याने व्यक्त केले. प्रस्थापित राज्यसंस्था उलथवायची असेल तर कामगारवर्गाने एक होऊन, संघटना तयार करून क्रांती घडवून आणली पाहिजे असे स्पष्ट मत कार्ल मार्क्सने व्यक्त केले. पण हे मत व्यक्त करताना क्रांतीला पर्याय असतात हे तो विसरला. त्याच्या मते, रक्तहीन क्रांतीपेक्षा रक्तरंजित क्रांती जास्त परिणामकारक असते. रक्तरंजित क्रांतीमुळे रक्त सांडले की काय परिणाम होतात याची संपूर्ण समाजाला पूर्ण कल्पना असते. असे जरी असले तरी एक गोष्ट प्रकर्षाने दिसून येते ती म्हणजे इंग्लंड, अमेरिका यासारख्या देशात आज सत्ताबदल होतो. पण तो वैधानिक मार्गाने असतो. आपल्या देशाने तर घटनादुरुस्ती करून लोकशाही समाजवाद स्वीकारलेला आहे. १८३२ साली इंग्लंडमध्ये घटनादुरुस्ती होऊन शासनयंत्रणा मध्यमवर्गीयांकडे आली. फक्त क्रांतीनेच राजकीय व सामाजिक बदल घडवून आणता येतो असे नाही. क्रांतीला पर्याय आहेत. याचा विचार कार्ल मार्क्सने आपल्या सिद्धान्तात केला नाही.

४) विसंगत विधाने :

कार्ल मार्क्सच्या सिद्धान्तामध्येच विरोधाभास दडलेला आहे असे दिसून येते. एका बाजूला तो असे मत व्यक्त करतो की, राज्यसंस्थेत भांडवलदारांची हुकूमशाही असते व कामगारांचे शोषण होते व क्रांतीनंतर कामगारांची हुकूमशाही येते, म्हणजे कार्ल मार्क्स हा कामगारांच्या हुकूमशाहीचा पुरस्कर्ता होता असे गृहीत धरले तर एका कामगारवर्गाकडे सत्ता गेली तर तो देखील इतरांची वेगवेगळ्या मार्गाने पिळवणूक करेल ह्या दृष्टिकोनाकडे कार्ल मार्क्सने लक्ष दिलेले नाही.

५) राज्यसंस्थेचा विनाश ही भ्रामक कल्पना :

राज्य संस्था ही आवश्यक व चिरकाल टिकणारी संस्था आहे. कामगारवर्गाने क्रांती केल्यानंतर काही दिवसांनी राज्य ही संकल्पना संपुष्टात येईल असे कार्ल मार्क्सचे म्हणणे होते. १९१७ मध्ये रशियात क्रांती झाली व साम्यवादी विचारसरणीचा पाया भक्कम झाला. कार्ल मार्क्सचे म्हणणे योग्य असते तर रशियात राज्यविहीन व वर्गविहीन समाजरचना अस्तित्वात आली असती. परंतु रशियात राज्यसंस्था विसर्जीत झाली नाही उलट अधिकच बळकट झाली. या सर्व टीकांवरून एक गोष्ट स्पष्ट होते ती म्हणजे कार्ल मार्क्सने सिद्धान्त मांडताना फक्त एकाच बाजूचा विचार केला.

४.३ वर्ग आणि वर्गसंघर्ष सिद्धांत :

मार्क्स वर्ग आणि वर्ग संघर्ष विषयक विचार सामाजिक व राजकीय अशा दोन्ही बाजूंनी महत्त्वपूर्ण मानले जातात. त्यामुळे मार्क्सचे वर्ग आणि वर्गसंघर्ष विषयक विचार जाणून घेणे योग्य ठरेल.

अ) वर्ग संकल्पना :

समाजशास्त्रीय दृष्टिकोनातून वर्ग हा एक सामाजिक गट आहे. अनेक व्यक्ती एकत्र येवून स्वतःच्या गरजा पूर्ण करण्याचा प्रयत्न करतात. या प्रक्रियेत त्याच्यांत ज्या आंतरक्रिया घडून येतात, त्या आंतरक्रियांची फलनिष्पत्ती म्हणजे वर्ग होय. मार्क्सला मात्र वर्गाची ही संकल्पना मान्य नाही. कारण मार्क्सने वर्ग ही संकल्पना आर्थिक घटकांशी जोडली आहे. त्याच्या मतानुसार, समाजातील सर्वच समुहांच्या आंतरक्रियांतून इतिहासास चालना प्राप्त होत नाही. त्यामुळे आर्थिक घटकांशी व प्रामुख्याने उत्पादन पद्धतीशी जोडलेल्या समुहांना वर्ग संबोधणे योग्य ठरेल. आर्थिकदृष्ट्या परस्परांशी संबंधित असणारा व आपल्या समान स्थितीची जाणीव असणारा व्यक्तींचा समूह म्हणजे वर्ग असे मार्क्स म्हणतो. मार्क्सच्या मतानुसार भांडवलशाही समाजात उत्पादन पद्धतीच्या आधारे दोन प्रमुख वर्ग निर्माण झालेले आहेत.

१) आहेरे वर्ग (भांडवलदार) :

ज्यांच्याकडे उत्पादन साधनांची मालकी आहे, अशा व्यक्तींचा यात समावेश होतो. मार्क्स त्यास भांडवलदारांचा वर्ग म्हणतो. हा वर्ग प्रत्यक्ष श्रम करत नाही, तर इतरांच्या श्रमाद्वारे जीवन व्यतीत करतो.

२) नाहीरे वर्ग (कामगार) :

आपल्या उदारनिर्वाहासाठी पूर्णपणे श्रमावर अवलंबून असणाऱ्या व्यक्तींचा यात समावेश होतो. मार्क्स त्यास कामगार / श्रमिक वर्ग म्हणतो. हा वर्ग आपले श्रम विकतो व त्या बदल्यात मोबदला प्राप्त करतो.

ब) वर्गसंघर्ष सिद्धांत :

मार्क्सचा वर्ग संघर्ष सिद्धांत हा त्याच्या ऐतिहासिक भौतिकवाद व अतिरिक्त मूल्य या सिद्धांतावर आधारित आहे. मार्क्स वर्ग संघर्षास सामाजिक परिवर्तनाचा आधार बनवू पाहतो. आदिम कालापासून आजपर्यंत सर्व परिवर्तनांना वर्ग संघर्षच कारणीभूत ठरल्याचे मार्क्सने स्पष्ट केले आहे. आजपर्यंतच्या समाजाचा इतिहास हा वर्ग संघर्षाचा इतिहास आहे असे मार्क्स त्यामुळेच म्हणतो. भांडवलशाही व्यवस्थेतील कामगार वर्ग व भांडवलदार वर्ग यातील संघर्षाच्या आधारे हा सिद्धांत मार्क्सने मांडलेला असल्यामुळे त्याचा आढावा घेणे आवश्यक ठरते.

I) कार्ल मार्क्सचा वर्ग संघर्ष सिद्धांताचे स्पष्टीकरण :

मार्क्सच्या वर्गसंघर्ष सिद्धांताचे स्पष्टीकरण पुढील मुद्यांच्या आधारे देता येईल :

१) सर्वहारांची राज्यक्रांती :

मार्क्सने वर्ग व संघर्ष या संकल्पना स्पष्ट केल्यानंतर भांडवलशाही व्यवस्थेतील वर्ग संघर्षाचे स्वरूप स्पष्ट केले आहे. भांडवलशाही व्यवस्थेत उत्पन्नाच्या साधनांवर भांडवलदार वर्गाचे नियंत्रण असते. तर दुसरा वर्ग आपल्या श्रमाद्वारे उपजीविका करत असतो. मार्क्स त्यास 'सर्वहारा किंवा कामगार वर्ग' असे म्हणतो. संख्येने अत्यल्प असणारा भांडवलदार वर्ग आपल्याकडील उत्पन्न साधनांच्या मालकीद्वारे कामगार वर्गाचे शोषण करतो. त्यांच्याकडून मोठ्या प्रमाणावर काम करून घेतो. मात्र, त्या बदल्यात अत्यल्प मोबदला दिला जातो. यामुळे कामगार वर्गाचे भांडवलदार वर्गाविरोधात संघटन निर्माण होते. मोठ्या प्रमाणावर संख्याबळ असणारा कामगार वर्ग मूठभर भांडवलदार वर्गाच्या विरोधात क्रांती करुन त्यास धराशाही करेल. यास मार्क्स 'सर्वहारांची राज्यक्रांती' असे म्हणतो. यातून भांडवलशाही व्यवस्था नष्ट होऊन एका वेगळ्या समाज व्यवस्थेची चाहूल निर्माण होते.

२) सर्वहारांची सर्वाधिकारशाही :

भांडवलशाही व्यवस्था नष्ट झाल्यानंतरच्या काळात सर्व सत्ता कामगार वर्गाच्या हाती जाईल. भांडवलशाही नष्ट झाली तरी राज्यसंस्था काही काळ अस्तित्त्वात राहील व राज्यसंस्थेवर कामगार वर्गाचे नियंत्रण प्रस्थापित

होईल यास मार्क्सने 'सर्वहारांची सर्वाधिकारशाही' असे म्हटले आहे. साम्यवादी समाज प्रस्थापित होईपर्यंतची ही एक संक्रमणकालीन अवस्था असेल. यात कामगार वर्गाद्वारे राज्यसंस्थेचा वापर भांडवलदारांचा विरोध चिरडून टाकण्यासाठी केला जाईल. याशिवाय या व्यवस्थेची वैशिष्ट्ये मार्क्सने पुढीलप्रमाणे सांगितली आहेत :

१) सर्व प्रकारच्या जमिनदारीचे उच्चाटन केले जाईल.

२) संपत्तीच्या वाढीबरोबरच आयकरात वाढ व सर्व प्रकारच्या उत्तराधिकारांची समाप्ती.

३) राष्ट्रीय संपत्तीचे सार्वजनिक मालकी अंतर्गत केंद्रीकरण.

४) सर्वांसाठी श्रम अनिवार्य केले जाईल.

५) संचार व परिवहनाच्या साधनांचे राज्याकडे केंद्रीकरण.

६) शेती व उद्योगधंद्यांचे न्यायपूर्ण वितरण.

७) कामगारांचा एक पक्ष निर्माण करुन त्याद्वारे राजकीय सत्तेचा वापर केला जाईल.

३) वर्गविहीन व राज्यविहीन समाज :

कामगार वर्गाची हुकूमशाही असणारी संक्रमणकालीन अवस्था नष्ट झाल्यानंतर एका नव्या समाज व्यवस्थेची स्थापना होईल. मार्क्स त्यास साम्यवादी समाजव्यवस्था असे म्हणतो. या व्यवस्थेत सर्व लोकांसाठी श्रम अनिवार्य असल्यामुळे वर्गांचे अस्तित्त्व नसेल. संपूर्ण समाजात कामगार हा एकमेव वर्ग अस्तित्वात असेल. यास मार्क्सने 'वर्गविहीन समाजव्यवस्था' असे संबोधले आहे. समाजात वर्ग नष्ट झाल्यानंतर राज्यसंस्थेची गरज उरणार नाही. कारण वर्गविभेद व शोषणाचे साधन हे राज्यसंस्थेचे वैशिष्ट्य आहे. ते नष्ट झाल्यामुळे राज्यसंस्थेच्या अस्तित्त्वाचा आधारच नष्ट होईल. त्यामुळे राज्यसंस्थेचा लोप होईल. म्हणजेच वर्ग संघर्षानंतर अस्तित्त्वात येणारी समाजव्यवस्था ही वर्गविहीन असण्याबरोबरच राज्यविहीन देखील असेल.

II) वर्ग-संघर्ष सिद्धांताची वैशिष्ट्ये :

मार्क्सचे असे मत होते की, भांडवलशाही व्यवस्था स्वतःच आपल्या विनाशाची बिजे रोवत असते. वर्गसंघर्षाद्वारे त्यास मूर्त रूप प्राप्त होते. वर्ग संघर्षाद्वारे भांडवलशाहीचा विनाश व कामगार वर्गाचा विजय ही अपरिहार्यता निर्माण होईल. मार्क्सच्या या सिद्धांताची वैशिष्ट्ये पुढीलप्रमाणे सांगता येतील :

१) उत्पादन संबंधांच्या आधारावर समाजातील वर्ग विभाजन स्पष्ट होत जाते.

२) समाजाचा विकास हा वर्गांमध्ये असणाऱ्या परस्पर संघर्षातून होत असतो. परस्पर सहकार्यातून नव्हे.

३) समाजात प्रामुख्याने दोन वर्ग असतात ज्यांचे हितसंबंध परस्परविरोधी स्वरुपाचे असतात.

४) जोपर्यंत वर्गामध्ये चेतना व संघटन निर्माण होत नाही तोपर्यंत वर्गसंघर्ष तीव्र होऊन क्रांतीच्या दिशेने पुढे जात नाही.

५) वर्ग संघर्ष क्रांतीस जन्म देतो ज्याद्वारे एका वर्गाची सत्ता दुसऱ्या वर्गाच्या हाती जात असते.

६) आजपर्यंतच्या समाजाचा इतिहास हा वर्ग संघर्षाचा इतिहास आहे.

अशा प्रकारे मार्क्सचा वर्गसंघर्ष सिद्धांत स्पष्ट करता येईल. मार्क्सने 'कम्युनिस्ट मॅनिफेस्टो' हा जाहीरनामा लिहून त्यात क्रांतीच्या दृष्टीने कामगार वर्गास आव्हान केले आहे. मार्क्सने केवळ वर्ग संघर्षाचे स्वरूपच स्पष्ट केले नाही, तर वर्ग संघर्षानंतर अस्तित्त्वात येणाऱ्या समाज व्यवस्थेचे मूलगामी स्वरूप देखील स्पष्ट केले आहे. त्यामुळे जगातील भांडवलदारांना या वर्ग संघर्षाच्या सिद्धांताची दखल घेणे भाग पडते. मार्क्सने सांगितल्याप्रमाणे वर्ग संघर्ष झाला नसला, तरी त्याच्या भीतीने भांडवलदारांनी कामगारांना अनेक हक्क देण्यास सुरुवात केली.

III) मार्क्सच्या वर्गसंघर्षाच्या सिद्धांताचे परीक्षण :

भांडवलशाही समाजव्यवस्थेची चिकित्सा करताना मार्क्सने या व्यवस्थेतील व्याप्त वर्गसंघर्षावर प्रकाश टाकला आहे. समाजव्यवस्थेत परिवर्तन घडून येण्यासाठी मार्क्सला हा संघर्ष आवश्यक वाटतो. मात्र, मार्क्सचे वर्गसंघर्षविषयक विचार मोठ्या प्रमाणावर टिकेचा विषय ठरले आहे. मार्क्सच्या वर्गसंघर्ष सिद्धांताचे परीक्षण पुढील मुद्यांच्या आधारे करता येईल :

१) वर्ग संघर्षावर अतिरिक्त भर :

मार्क्स असे म्हणतो ''आजवर ज्ञात असलेला मानवी इतिहास हा संघर्षाने भरलेला आहे'' असे मार्क्सने प्रतिपादन केले. यात प्रेम, सहकार्य, सद्‌भावना, परस्पर सामंजस्य यांचा विचारच केलेला नाही असे दिसते. समाजात जर प्रेम, सहकार्य, सद्‌भावना या नसत्या तर समाजाचे अस्तित्व टिकून राहीले नसते. समाजाचा विकास हा परस्पर सहकार्याच्या भावनेतूनच होत असतो. बऱ्याचदा संघर्षाचे रूपांतर सहकार्यात होऊ शकते. केवळ संघर्ष ही संकल्पना ग्राह्य धरता येत नाही. परंतु, मार्क्सने फक्त संघर्षावर भर दिलेला आहे.

२) मध्यमवर्गाचा विचार नाही :

कार्ल मार्क्सने सिद्धान्त मांडताना समाजात दोनच वर्ग असतात असे स्पष्ट केले फक्त भांडवलदार व कामगार म्हणजेच शोषक आणि शोषित. फक्त भांडवलदार व कामगार. पण समाजात या दोन वर्गातील सुवर्णमध्य म्हणून तिसराही वर्ग असतो, तो म्हणजे मध्यमवर्गीयांचा विचार मार्क्सने आपल्या सिद्धान्तात केलेला नसल्याचे प्रामुख्याने आढळते.

३) कार्य भावनेमागे आर्थिक भावना :

कार्ल मार्क्सने सिद्धान्त मांडताना आर्थिक भावनेला मोठे स्थान दिले आहे. त्याच्या मते, भांडवलदार जे कार्य करतात ते फक्त नफ्यासाठी व श्रमिक आपले श्रम विकतात ते पैसा कमावण्यासाठी, यापलीकडे मार्क्सचा दृष्टिकोन आढळून येत नाही. आर्थिक भावनेबरोबर राष्ट्रभावना तितकीच महत्त्वाची असते असे मानले गेले आहे. खरे तर जेव्हा हा मार्क्सने सिद्धान्त मांडला, तो काळ युद्धाचा होता परंतु यात युद्धविषयक विश्लेषण कोठेही आढळून येत नाही. याउलट असे दिसते की, युद्ध काळात त्या-त्या राष्ट्रातील जनता आपले मतभेद विसरून एकत्र आली होती व स्वसंरक्षणाचा प्रयत्न करीत होती. मार्क्सचे सैद्धान्तिक विश्लेषण एकांगी वाटते.

४) साम्यवादाचा विजय – अपूर्ण सत्य :

भांडवलदार आणि श्रमिक यांच्या संघर्षात भांडवलदारांचा पाडाव होऊन साम्यवादाचा संपूर्ण विजय होईल असे मत मार्क्सने मांडले आहे. या तत्त्वामागे वैज्ञानिक तत्त्वाऐवजी व्यक्तिगत तत्त्व, व्यक्तिगत इच्छा लपलेली आहे असे दिसून येते.

दुसऱ्या महायुद्धानंतर जगाची विभागणी भांडवलशाही व साम्यवादी राष्ट्रे अशा दोन गटात झाली. साम्यवादी गटाचे नेतृत्व रशियाकडे होते. १९९१ मध्ये रशियातच साम्यवाद अडचणीत आला. त्यामुळे सैद्धान्तिक दृष्टिकोन व व्यावहारिक दृष्टिकोन यात फरक आढळून येतो असे म्हणता येईल.

५) भांडवलशाहीचा अंत – एक स्वप्न :

कार्ल मार्क्सने असे मत व्यक्त केले की 'भांडवलशाहीतच भांडवलशाहीच्या विनाशाचे बिज आहे.' परंतु आज देखील जेथे भांडवलशाही आहे तेथे तिचे कार्यक्षेत्र अधिक व्यापक होत गेलेले आहे असे दिसते. अमेरिका, इंग्लंड येथे भांडवलशाहीची पाळेमुळे रुजलेली आहेत. कार्ल मार्क्सने जीवनाच्या अंतिम टप्प्यात जेथे वास्तव्य केले त्या इंग्लंडमधूनच साम्राज्यवादाचा प्रवाह सुरू झाला हे विसरून चालणार नाही.

६) राज्यविहीन समाज : एक स्वप्न :

राज्यविहीन समाजरचना अस्तित्वात येऊ शकत नाही. रशिया आणि चीन येथे जरी वर्गविहीन समाज रचनेची स्थापन करण्यात साम्यवादी विचारसरणीला यश मिळाले असले तरी राज्यविहीन समाज अस्तित्वात आलेला नाही. साम्यवादी राज्याची जेथे स्थापना झाली तेथे राज्यसंस्था अधिकाधिक बळकट होत गेली. जर का राज्यसंस्थेचे अस्तित्व संपले तर अराजक आणि कलहाचे वातावरण निर्माण होईल.

७) श्रमिकांचे जागतिक संघटन अशक्य :

जगातील सर्व श्रमिकांच्या समस्या सारख्या असल्याने त्यांच्यात जागतिक संघटन होईल असे मार्क्सचे म्हणणे आहे. पण वास्तवाचा विचार केला तर असे दिसून येते की, एकाच देशातील मजूर संघटीत होत नाहीत तेव्हा जगातील मजुरांचे संघटन केवढे अशक्य आहे. उदा. आपल्याच देशात कामगारांच्या अनेक संघटना आहेत पण त्यांच्यातही एकवाक्यता, एकमत आढळून येत नाही. एखाद्या कामगार संघटनेने दुसऱ्या कामगार संघटनेला मदत केली असल्याचे उदाहरण क्वचितच दिसते. तसेच रशिया आणि चीन या साम्यवादी राष्ट्रांमध्ये एकमेकांविषयी तक्रारी सुरू असतात. अशा वेळेला जागतिक पातळीवर कामगारांचे संघटन होईल असे मत मांडणे म्हणजे दिवास्वप्न (Day Dream) पाहण्यासारखेच आहे.

मार्क्सने हा सिद्धान्त मांडला तो समाजाचे निरीक्षण करूनच पण त्याच्या या सिद्धान्तामध्ये व्यवहाराचा दृष्टिकोन क्वचितच दिसतो. संघर्ष हा होत असतोच पण संघर्षात एका गटाचा पूर्ण पराभव व दुसऱ्या गटाचा पूर्ण विजय हा दृष्टिकोन पूर्णपणे अव्यावहारिक असल्याचे दिसते.

४.४ द्वंद्वात्मक भौतिकवाद :

द्वंद्वात्मक भौतिकवादाचा सिद्धांत हा मार्क्सच्या संपूर्ण चिंतनाचा मूलाधार आहे. यातील द्वंद्वात्मक पद्धती, हेगेलकडून व भौतिकवादी दृष्टिकोन फायर वाख यांच्याकडून मार्क्सने स्विकारला. यातील द्वंद्वात्मक पद्धती सृष्टीचा विकास कशा प्रकारे होतो ? हे सुचविते तर भौतिकवाद हा सृष्टीच्या मूलभूत तत्त्वास अधोरेखित करतो. मार्क्सने या दोन्हींच्या समन्वयातून आपला सिद्धांत मांडला आहे. पुढील मुद्यांच्या आधारे कार्ल मार्क्सच्या द्वंद्वात्मक भौतिकवादाचा आढावा घेता येईल :

अ) हेगेलच्या अध्यात्मिक द्वंद्ववादाला सुसूत्र स्वरूप :

कार्ल मार्क्सने हेगेलच्या आध्यात्मिक द्वंद्ववाद सिद्धान्ताचा अभ्यास केला होता. विश्व हे गतिमान असून मानवी विचार कधीच स्थिर स्वरूपाचे नसतात असे हेगेलने नमूद केले. हेगेल असेही मत मांडतो की, मानवाच्या मनात जे विचार निर्माण होतात त्यांना 'वाद' असे म्हणतात. एखाद्या विचारात अचूकता नसली किंवा अपुरेपणा असला, तर त्या विचाराच्या विरोधात दुसरा वाद तयार होतो याला 'प्रतिवाद' असे म्हणावे. वाद आणि प्रतिवादाच्या संघर्षातून जो समन्वय होतो त्याला 'संवाद' असे म्हणावे. नंतर हाच संवाद काळाच्या ओघात वादात रूपांतरित होतो. अशा प्रकारची प्रक्रिया सतत, अव्याहत, निरंतर सुरू असते. या प्रक्रियेचे स्वरूप निरंतर असले तरी प्रगतीच्या मार्गावर असून परिवर्तनीय असते. मानवाच्या विचारात परिवर्तन होत असल्याने विश्वाचा विकास होत असतो. विश्वात परिवर्तन होत असते अशा स्वरूपाचा दृष्टिकोन हेगेलने मांडला. कार्ल मार्क्सने द्वंद्वाचे तत्त्व भौतिक विकास दृष्टिकोन स्पष्ट करण्यासाठी वापरले आहे. मार्क्सच्या मते, हेगेलचे तत्त्वज्ञान हे शीर्षासनाप्रमाणे होते. 'डोके खाली व पाय वरती', या तत्त्वज्ञानाला पायावर उभे करून त्याची सुसूत्र बांधणी करून कार्ल मार्क्सने भौतिकवादाला महत्त्वाचे स्थान दिलेले आहे. द्वंद्वाचा भौतिकवादी सिद्धान्त स्पष्ट करण्यासाठी हेगेलने पुढील सूत्र

वापरले आहे. तो म्हणतो 'वाद-प्रतिवाद' यातून संवाद निर्माण होतो व वाद → प्रतिवाद → संवाद यातून पुन्हा वाद → प्रतिवाद → संवाद असे चक्र सुरूच राहते. कोणत्याही संवादाचे मूळ म्हणजे वाद आहे. वाद निर्माण झाला नाही, तर संवादापर्यंत येणे अवघड जाते. वाद हे कारण व संवाद हा परिणाम आहे. मार्क्सने आपल्या सिद्धान्तात कार्यकारण संबंध (Cause - Effect Relationship) स्पष्ट केला आहे.

ब) संघर्ष-गती-विनाश-निर्मिती यांचे विश्लेषण :

मार्क्सच्या मते, एखादी व्यवस्था दोषपूर्ण असेल तर संघर्ष हा होतो. यात संघर्ष म्हणजे वाद झाला. हा संघर्ष सोडविण्यासाठी विशिष्ट परिस्थिती निर्माण केली → प्रतिवाद झाला-या परिस्थितीमुळे प्रचलित व्यवस्थेचा विनाश-हा संवाद झाला व यातूनच नवनिर्मिती झाली → विकास झाला-पुन्हा असेच चक्र चालू राहते; पण ही प्रक्रिया वेड्यावाकड्या स्वरूपाची आहे.

थोडक्यात, कार्ल मार्क्सला हे सांगायचे आहे की, मुळात बदल घडून येण्यासाठी जनजागृती आवश्यक असते. या जनजागृतीमधून परिस्थितीत बदल घडवणारे योग्य वातावरण निर्माण केले जाते व या वातावरणातूनच पुन्हा नवीन परिस्थिती जी सामाजिक हिताची आहे ती तयार होते. एंगल्सने, मार्क्सचा हा दृष्टिकोन स्पष्ट करण्यासाठी आणखी एक समर्पक उदाहरण दिलेले आहे. समाज जेव्हा प्राथमिक अवस्थेत होता तेव्हा जमीन सर्व समाजाच्या मालकीची होती. काळाच्या ओघात जमिनीची मालकी काही व्यक्तींकडे गेली व कालांतराने औद्योगिक क्रांती होऊन उत्पादन वाढवण्याकडे समाजाचा कल वाढला. तेव्हा यांत्रिकीकरणाचे राष्ट्रीयीकरण व्हावे अशी मागणी जोर धरू लागली. यात प्राथमिक अवस्थावाद, खासगी मालकी प्रतिवाद व राष्ट्रीयीकरणाची मागणी, समन्वय संवाद हा कार्यकारण संबंध स्पष्ट करण्यात आला. कार्ल मार्क्सच्या मते, विकास द्वंद्वात्मक मार्गानेच होत असतो. त्याच्या मते, विकासाचे मुख्य तीन स्त्रोत आहेत.

१) विकास द्वंद्वात्मक प्रक्रियेने होतो.

२) द्वंद्वात्मक भौतिकवादानुसार संख्यात्मक फरक होत असतो व मात्रात्मक फरकामुळे गुणात्मक फरक होत असतो. (एका बी चे अनेक बियांमध्ये होणारे रूपांतर हे संख्यात्मक आहे व पाण्याचे बर्फात होणारे रूपांतर हे गुणात्मक आहे.)

३) विश्वात ज्या वस्तू आहेत, त्यात तात्त्विक एकता आहे. एका वस्तूचा दुसऱ्या वस्तूशी संबंध येतो. या दोन्ही वस्तू एकमेकांवर अवलंबून असतात. तसेच वस्तूंमध्ये अंतर्विरोध आढळतो.

उदा. जन्म → मृत्यू → पुनर्निमाण

क) कार्ल मार्क्सच्या द्वंद्वात्मक भौतिकवादी सिद्धान्ताची वैशिष्ट्ये :

मार्क्सच्या द्वंदात्मक भौतिकवादाची वैशिष्ट्ये पुढील मुद्यांच्या आधारे जाणून घेता येतील :

१) शास्त्रशुद्ध पद्धतीने परिवर्तन :

कार्ल मार्क्सच्या सिद्धान्ताचे पहिले वैशिष्ट्य म्हणजे, प्रत्येक समाजात परिवर्तन होत असते. नियमांना गृहीत धरून शास्त्रशुद्ध पद्धतीने परिवर्तन होते. परिवर्तन हे 'जिवंत समाजाचे' लक्षण आहे.

२) पदार्थ हे अंतिम सत्य :

समाजात ज्या गोष्टी आहेत, वस्तू आहेत त्या शाश्वत स्वरूपाच्या आहेत. तसेच विनाश आणि पुनर्निर्माण हे येथेच राहते. अव्याहतपणे चालणारे हे चक्र आहे.

३) पदार्थ व बुद्धी यांची परस्परपूरकता :

कार्ल मार्क्स असे मत मांडतो की, पदार्थ (परिस्थिती) बुद्धीमुळे निर्माण होत नाही तर परिस्थितीमुळे बुद्धी विकसित होते. जेव्हा माणसाला समजते की, आपल्यावर अन्याय होतो. तेव्हाच तो संघटित होतो व अन्यायाविरुद्ध पेटून उठतो.

४) विकासाचे मूळ आंतरिक द्वंद्व :

सामाजिक विकास असो व आर्थिक किंवा राजकीय हा समाजात चालणाऱ्या आंतरिक द्वंद्वामुळे, वाद-प्रतिवादांमुळेच होत असतो. या ठिकाणी विकासाचा अर्थ संवाद असे म्हणता येईल.

५) विकासाची ठरावीक प्रक्रिया असते :

कार्ल मार्क्सच्या सिद्धान्ताचे हे आणखी एक वैशिष्ट्य आहे. विकास हा ठरावीक दिशेनेच होत असतो. ही प्रक्रिया सरळ नसून गुंतागुंतीच्या स्वरूपाची आहे. विकास हा वक्र गतीने होत असतो. विकासाची प्रक्रिया अखंडपणे, अव्याहतपणे चालणारी आहे.

६) संख्यात्मक व गुणात्मक परिवर्तन :

संख्यात्मक व गुणात्मक परिवर्तन म्हणजे विकास असे मार्क्सने सांगितले आहे. एका बी पासून तयार होणाऱ्या बिया हा संख्यात्मक विकास आहे तर पाण्याचे रूपांतर बर्फात होणे हा गुणात्मक विकास आहे.

७) परिवर्तनाच्या दोन दिशा :

समाजामध्ये होणारे परिवर्तन हे संथगतीने तसेच जलदगतीने होणारे असते. एका बी चे अनेक बियांमध्ये रूपांतर होण्यास लागणारा काळ जास्त असतो तर पाण्याचे बर्फात रूपांतर कमी काळातही होऊ शकते. कार्ल मार्क्सने विकास हा द्वंद्वातून होतो व भौतिक परिस्थिती / पदार्थ हे अंतिम सत्य आहे असा विचार मांडल्याने त्याच्या सिद्धान्ताला 'द्वंद्वात्मक भौतिकवाद' असे म्हणतात.

ड) कार्ल मार्क्सच्या द्वंद्वात्मक भौतिकवादावर होणाऱ्या टीका :

मार्क्सच्या द्वंद्वात्मक भौतिकवादावर होणाऱ्या टिकांचा आढावा पुढील मुद्यांच्या आधारे घेता येईल :

१) गूढ आणि संदिग्ध :

कार्ल मार्क्सने सांगितलेला द्वंद्वात्मक भौतिकवाद गूढ आणि संदिग्ध स्वरूपाचा आहे. या सिद्धान्ताला आधार म्हणून जो दृष्टान्त सांगितला/दृष्टिकोन विशद केला, त्याला बळकटी देणारे निश्चित प्रमाण नाही. भौतिक जगातील जे नियम सांगितले ते मानवी समाजाला लागू पडतीलच असे नाही. त्याने सांगितलेला वाद-प्रतिवाद - संवाद हा आधार इतिहास, अर्थशास्त्र, मानववंशशास्त्र अशा विषयांना लागू पडेलच असे नाही.

२) आत्मिक दृष्टिकोनाचा अभाव :

द्वंद्वात्मक भौतिकवादात मार्क्सने आत्मतत्त्व पूर्णपणे विचारात घेतलेले नाही. आत्मा हा इंद्रिय गोचर नसतो. आत्म्याची प्रबळ अनुभूती नाकारता येत नाही. आत्मा हा परावलंबी नसून स्वयंसिद्ध असतो. पूर्णत्वाकडे जायचे असेल, अंतिम निर्णयाप्रत पोहोचायचे असेल तर भौतिक बाजू ही जरी महत्त्वाची असली तरी आत्मिक बाजूही तितकीच महत्त्वाची आहे. या दृष्टिकोनाकडे मार्क्सने डोळेझाक केलेली दिसते.

३) जड वस्तूमध्ये चेतनेचा अभाव :

कार्ल मार्क्सने आपला सिद्धान्त मांडताना जड वस्तूमध्ये चेतना व गती मानली. जड वस्तूमध्ये आपोआपच परिवर्तन घडून येते असे मार्क्सचे म्हणणे आहे; पण वास्तविक दृष्टिकोन विचारात घेतला तर जड वस्तूमध्ये चेतना नसते, स्वतःहून परिवर्तन घडवून आणण्याची क्षमता नसते. जीवित वस्तूंमध्ये चेतना असल्याने त्यांच्यात बदल घडवून आणण्याची क्षमता असते.

४) द्वंद्वातून विकास :

कार्ल मार्क्सने असे मत मांडले की, होणारा विकास हा द्वंद्वातूनच होत असतो. व्यावहारिक दृष्टिकोनातून पाहिले तर प्रत्येक विकास द्वंद्ववादातून होतो असे मानणे चुकीचे आहे. वाद → प्रतिवाद → संवाद अशाच अवस्थेतून प्रत्येक गोष्ट घडते, प्रत्येक प्रक्रिया घडते असे मानणे चुकीचे आहे. विकासासाठी संघर्ष आवश्यक असतोच असे नाही. बऱ्याचदा सहकार्याच्या माध्यमातूनही विकास घडवला जाऊ शकतो.

५) सहकार्यातून विकास या प्रक्रियेकडे दुर्लक्ष :

कार्ल मार्क्सच्या मते, विकास हा फक्त संघर्षातून होतो. संघर्षाशिवाय विकास होऊच शकत नाही असे मार्क्सचे म्हणणे आहे; पण सहकार्याद्वारे विकास होऊ शकतो हे मार्क्सने लक्षात घेतले नाही.

४.५ ऐतिहासिक भौतिकवाद :

मानवी विकासाची प्रक्रिया समजून घेण्यासाठी द्वंद्वात्मक भौतिकवादाच्या सिद्धांतास ऐतिहासिक विकासास लागू करण्याचा जो प्रयत्न मार्क्सने केला त्यास 'ऐतिहासिक भौतिकवाद' म्हणून ओळखले जाते. इतिहास किंवा समाजाचा विकास द्वंद्वात्मक पद्धतीने होतो आणि भौतिक पदार्थ या विकासास क्रियान्वित करतात असे ऐतिहासिक भौतिकवादात मांडले जाते. या सिद्धांतास 'इतिहासाची भौतिक मीमांसा' किंवा 'इतिहासाची आर्थिक व्याख्या' या नावांनी देखील ओळखले जाते. त्यामुळे त्याचा आढावा घेणे आवश्यक ठरते.

अ) अर्थ :

मार्क्सने या सिद्धांताद्वारे हे दाखविण्याचा प्रयत्न केला आहे की, सामाजिक विकासाची प्रक्रिया ही सरळ सोपी नसून ती अनेक घटकांनी प्रभावित होत असते. समाजाची प्रगती द्वंद्वात्मक पद्धतीने होत असते व या विकास प्रक्रियेची दिशा निर्धारित करण्याचे कार्य आर्थिक घटकांद्वारे होत असते. इतिहासाचे निर्धारण आपल्या अंतिम स्वरुपात आर्थिक परिस्थितीनुसार होत असते असे हा सिद्धांत मानतो. इतिहासकालीन सर्व घटना या आर्थिक घटकांमध्ये होणाऱ्या परिवर्तनांचे फलित असतात. त्यामुळेच कुठल्याही राजकीय संघटनेचे किंवा न्यायव्यवस्थेचे स्वरूप समजून घेण्यासाठी तेथील आर्थिक संरचना अभ्यासावी लागते. समाजात प्रचलित उत्पादन पद्धतीद्वारे लोक एकमेकांसोबत निश्चित स्वरुपाच्या संबंधात बांधले जातात. त्यामुळे उत्पादन पद्धतीत जसजसे परिवर्तन होते त्यानुसार सर्व उत्पादन संबंध बदलतात व समाज विकासाच्या पुढच्या अवस्थेत जाऊन पोहोचतो असे हा सिद्धांत स्पष्ट करतो.

ब) ऐतिहासिक भौतिकवाद सिद्धांताची वैशिष्ट्ये :

पुढील मुद्यांच्या आधारे ऐतिहासिक भौतिकवाद सिद्धांताची वैशिष्ट्ये समजून घेता येतील :

१) इतिहासाचे अध्ययन मानवी समाजाच्या विकासाचे नियम समजून घेण्यासाठी केले जाते.

२) प्राकृतिक विकासाप्रमाणेच समाजाच्या विकासाचे देखील काही नियम असतात.

३) सामाजिक जीवनातील परिवर्तन ईश्वरी शक्तीमुळे किंवा महापुरुषांच्या कर्तृत्वामुळे घडून येत नाही तर ते आर्थिक शक्तीतील परिवर्तनामुळे घडते.

४) कुठल्याही राष्ट्राच्या किंवा समाजाच्या विकास प्रक्रियेत आर्थिक तत्त्व म्हणजेच वस्तूंच्या उत्पादन व वितरणाची पद्धती सर्वात महत्त्वाची भूमिका बजावते.

५) प्रत्येक युगातील सामाजिक व्यवस्थेवर त्याच वर्गाचे अधिपत्य असते ज्या वर्गाकडे उत्पादन साधनांची मालकी असते.

६) जेव्हा उत्पादन शक्तीत परिवर्तन घडून येते तेव्हा उत्पादन संबंधांमध्ये देखील बदल घडून येतात.

७) वर्ग संघर्ष हा सामाजिक विकासाचा मार्ग असून त्याद्वारे समाज व्यवस्थांत स्थित्यंतर घडून येत असते.

८) उत्पादन पद्धती व उत्पादन संबंध यांच्या आधारावर समाजाच्या ऐतिहासिक विकासास याच अवस्थांमध्ये विभागले जाऊ शकते.

९) ऐतिहासिक भौतिकवादाच्या सिद्धांताच्या आधारे मार्क्स भांडवलशाहीचा अंत व साम्यवादाचे आगमन यांची अपरिहार्यता व्यक्त करतो.

अशाप्रकारची वैशिष्ट्ये ऐतिहासिक भौतिकवाद सिद्धांताची सांगता येतील.

क) समाजाच्या विकासाचे टप्पे/समाज विकासाच्या अवस्था :

ऐतिहासिक भौतिकवाद सिद्धांताच्या आधारे समाजाचा विकास कशा प्रकारे होत असतो हे स्पष्ट करताना मार्क्सने त्याचे पुढील अवस्थांमध्ये वर्गीकरण केले आहे.

१) आदिम अवस्था :

मार्क्सने आदिम अवस्थेला 'प्राचीन साम्यवाद' असे म्हटले आहे. आदिम अवस्थेत मानवाला शेती आणि पशुपालन यांचे ज्ञान नव्हते. संपत्तीविषयक दृष्टिकोन उदयाला आलेला नव्हता. पशु-पक्ष्यांची शिकार करणे व कंदमुळे खाऊन आपली उपजीविका करणे एवढेच त्याला ज्ञान होते. संपत्ती ही संकल्पना अस्तित्वातच नसल्याने 'आहेरे' व 'नाहीरे' किंवा 'शोषक आणि शोषित' असे समाजाचे दोन गटात वर्गीकरण झालेलेच नव्हते. परिणामतः समता नांदत होती. संघर्षाचा लवलेश नव्हता. सामाजिक संबंध हे परस्पर सहकार्य, परस्पर सामंजस्य या प्रेरणेनेच संघटित झाले होते. उपजीविकेसाठी ज्या वस्तू मिळत होत्या, त्यांचे आदान-प्रदान करून गरजा पूर्ण होत असत. मार्क्सने या अवस्थेला प्राचीन साम्यवाद असे म्हटले आहे. आदिम अवस्थेनंतर समाजाचा थोड्याफार प्रमाणात विकास झाला व दुसरा टप्पा म्हणजे गुलामगिरीचा कालखंड सुरू झाला.

२) गुलामगिरीचा कालखंड :

जसजसे नवनवीन शोध लागत गेले तसतशी माणसांच्या गरजांची व्याप्ती वाढली. यामधूनच शेती व पशुपालन व्यवसायाचा उदय झाला. या कालखंडात काही लोकांनी शेती करण्याच्या उद्देशाने जमिनीची मालकी आपल्याकडेच राहावी असा प्रयत्न सुरू केला. मालकी मिळाल्यानंतर शेती उत्पन्नासाठी मजुरांचा वापर केला गेला. कष्टाचा वापर करून शेतीमधून उत्पादन करणारा वर्ग दरिद्री होता, निर्धन होता. यातूनच शोषक आणि शोषित असे समाजाचे गट तयार झाले. ज्यांचे शोषण होत होते ते गुलाम बनले व शोषक चैनीचे, विलासी जीवन जगू लागले. शोषित वर्ग कष्ट करून देखील आपला उदरनिर्वाह करण्यास असमर्थ ठरू लागला. शोषक वर्गाला जमीनदार हा दर्जा मिळाला. जमीनदार कष्टकरी वर्गाचे शोषण करू लागले. परिणामी जमीनदार आणि कष्टकरी वर्ग यांच्यात संघर्ष सुरू झाला. या काळात राज्यव्यवस्थेचीही निर्मिती झाली होती. शोषित वर्गाकडून होणारा विरोध दडपून टाकण्यासाठी राज्यव्यवस्थेची मदत घेतली गेली. संघर्षाची व्याप्ती अधिक झाली व समाज व्यवस्थेचा ढाचा आणखीन बदलला. समाजाचे संक्रमण गुलामगिरीच्या कालखंडातून सामंतवादी युगाकडे झाले.

३) सामंतवादाचे गुण :

जहागीरदारीचा कालखंड म्हणजेच सामंतवादाचे युग होय. या कालखंडात जमिनीची मालकी एका वर्गाच्या हातात एकवटली गेली. राज्यपद्धती अस्तित्त्वात असल्याने राजाने जमिनीचे वाटप आपले सरदार व सहकारी यांच्यात केले. या गटाला 'सामंत' असे संबोधले जाऊ लागले. जमिनीची मालकी दिल्याबद्दल मोबदला म्हणून सामंतानी राजाला जमिनीतील उत्पादनाचा काही भाग द्यावा असे ठरविले गेले. जहागीरदार शेतमजुरांना अत्यल्प मोबदला

देऊन जास्त उत्पादन करायला भाग पाडीत. शेतमजूर हे प्रत्यक्षपणे जरी जहागीरदारांचे गुलाम नसले तरी त्यांचा वर्ग हा भूदासांचा वर्ग होता. फक्त जमीन कसणे एवढेच कार्य या वर्गाकडून अभिप्रेत नव्हते तर प्रसंगी सामंतांच्या सैन्यदलात त्यांना सैनिक म्हणून काम करावे लागे. कामाचे स्वरूप व मिळणारा मोबदला स्पष्ट नसल्याने भूदास व सामंत यांच्यात संघर्ष सुरू झाला. या काळातील एक महत्त्वाची घटना म्हणजे कारागिरांचा वर्ग उदयाला आला होता. या वर्गाकडे साधनसामग्री होती. त्यांच्या मनात उत्पादन वाढविण्याची जबर इच्छाशक्ती होती. यातून उद्योग व व्यापाराचा विकास झाला. १४ व्या शतकापर्यंत अशी वाढ होत राहिली. सामंतांचे शासन व्यवस्थेवर नियंत्रण होते. या कालखंडात उत्पादन पद्धतीत बदल होत गेला. शहरी भागातील भूदासांनी सामंतशाहीला विरोध केला व भांडवलशाहीचा उदय झाला.

४) भांडवलशाहीचे युग :

भांडवलशाहीच्या युगाचे विश्लेषण करण्यासाठी कार्ल मार्क्सने औद्योगिक क्रांतीचा आधार घेतला आहे. हस्त व्यवसाय मागे पडण्यास वाफेचा शोध कारणीभूत ठरला. वाफ आणि वीज यांचा वापर उत्पादन प्रक्रियेत होऊ लागला. उत्पादनात वाढ झाली. उत्पादन साधनांचे केंद्रीकरण काही व्यक्तींच्या हाती आले, यातून भांडवलदार वर्ग तयार झाला, जमीनदारी पद्धतीचा ऱ्हास होऊन भांडवलशाही पद्धतीची स्थापना झाली. भांडवलदार वर्गाने मोठे कारखाने सुरू करून उत्पादनाचा वेग वाढविला. मजुरांच्या तुलनेत कारखानदारांचे प्रमाण कमी होते. एका बाजूला मूठभर भांडवलदार व दुसऱ्या बाजूला असंख्य कामगार अशी परिस्थिती निर्माण झाली. असे असूनही मूठभर भांडवलदारांनी कामगारांचे शोषण सुरू केले. ज्या वेळेला व्यक्तीकडे उदरनिर्वाहासाठी दुसरा कोणताच पर्याय नसतो तेव्हा व्यक्ती उपाशी मरण्यापेक्षा शोषण सहन करते. या युगात अशीच परिस्थिती कामगार वर्गाची होती.

५) समाजवादाचा कालखंड :

कार्ल मार्क्सने एकोणिसाव्या शतकाला 'भांडवलशाहीचे युग' मानलेले असून भांडवलदार व मजूर यांच्यात निश्चितच संघर्ष होत असतो असे मत मांडले. भांडवलदार मजूरांचे नेहमी शोषण करतो. मजूर वर्गात जरी असंतोष निर्माण झाला तरी तो दडपण्यासाठी भांडवलदार राज्यसंस्थेची मदत घेतो. भांडवलशाही हा मजूर वर्गाचे शोषण करण्यासाठी तयार झालेला नवीन मार्ग आहे व या परिस्थितीत बदल व्हावेत, जीवन सुसह्य व्हावे यासाठी क्रांतीचा मार्ग अवलंबण्यात येतो. भांडवलशाहीचा अस्त होतो व समाजवादी समाज व्यवस्था निर्माण केली जाते. या अवस्थेत श्रमिकांची अधिसत्ता असते असे मार्क्सने नमूद केले आहे.

६) साम्यवाद :

साम्यवाद हा समाज व्यवस्थेच्या विकासातील अंतिम टप्पा आहे. या टप्प्यामध्ये उत्पादन साधनांची मालकी समाजाकडे असते. शोषक व शोषित वर्ग नसतो. वर्गविहीन समाज तयार झाल्याने संघर्ष होत नाही. व्यक्तींवर नियंत्रण ठेवणारी राज्यसंस्थाही नसते, प्रत्येकाला पात्रतेप्रमाणे उत्पन्न काढता येते व गरजेनुसार मोबदला मिळतो असा आदर्श स्वरूपाचा समाज निर्माण होतो असे मार्क्सने म्हटले आहे.

ड) ऐतिहासिक भौतिकवादावरील टीका :

मार्क्सच्या ऐतिहासिक भौतिकवादावरील काही प्रमुख टीका पुढीलप्रमाणे आहेत :

१) आर्थिक निर्धारवाद :

समीक्षकांचा असा युक्तिवाद आहे की ऐतिहासिक भौतिकवाद अत्याधिक निर्धारवादी आहे, तो असे सुचवितो की केवळ आर्थिक घटक ऐतिहासिक विकास निर्धारित करतात. हा दृष्टीकोन सांस्कृतिक, राजकीय आणि

वैचारिक शक्तींच्या जटिल परस्परसंवादाकडे दुर्लक्ष करतो जे समाज आणि ऐतिहासिक बदलांना देखील आकार देतात.

२) इतिहासाचे अतिसरलीकरण :

मार्क्सचे विचार त्याच्या उत्पादनाच्या प्रभावी पद्धतींवर आधारित ऐतिहासिक युगांचे वर्गीकरण करतात. समीक्षकांचे म्हणणे आहे की हे अतिसरलीकरण गुंतागुंतीचे ऐतिहासिक वास्तव आणि समाजातील भिन्नता कैद करण्यात अयशस्वी ठरते. वेगवेगळ्या समाजांनी एकाच वेळी उत्पादनाच्या अनेक पद्धतींचा अनुभव घेतला असेल, ज्यामुळे मार्क्सच्या प्रतिमानामध्ये जटिल सामाजिक गतिशीलता निर्माण होते.

३) गैर–आर्थिक घटकांकडे दुर्लक्ष :

ऐतिहासिक भौतिकवाद आर्थिक घटकांवर प्राथमिक भर देतो, अनेकदा सांस्कृतिक मूल्ये, धर्म आणि राजकीय संस्थांसारख्या गैर–आर्थिक शक्तींच्या प्रभावाकडे दुर्लक्ष करतो. समीक्षकांचा असा युक्तिवाद आहे की हे गैर–आर्थिक घटक समाज आणि ऐतिहासिक प्रक्रियांना आकार देण्यासाठी महत्त्वपूर्ण भूमिका बजावतात.

४) सार्वत्रिकता आणि युरोपियनवाद :

मार्क्सचा ऐतिहासिक भौतिकवाद युरोपीयन इतिहास आणि भांडवलशाहीच्या उत्क्रांतीवर लक्ष केंद्रित करताना युरोकेंद्रित आहे असे समीक्षकांचे म्हणणे आहे. त्याच्या प्रतिमानाची गैर–युरोपियन समाजांसाठी आणि त्यांच्या अद्वितीय ऐतिहासिक मार्गांवर प्रश्नचिन्ह आहे, कारण ते मार्क्सने वर्णन केलेल्या विकासाच्या टप्प्यांमध्ये व्यवस्थित बसत नाहीत.

५) रेषीय प्रगती :

मार्क्सचा सिद्धांत प्राचीन साम्यवादापासून समाजवाद आणि साम्यवादापर्यंत ऐतिहासिक टप्प्यांची एक रेषीय प्रगती सूचित करतो. समीक्षकांचा असा युक्तिवाद आहे की ही प्रगती समाजांच्या वेगवेगळ्या टप्प्यांमध्ये मागे–पुढे जाण्याच्या किंवा एकाच वेळी उत्पादनाच्या अनेक प्रकारांचा अनुभव घेण्याच्या संभाव्यतेकडे दुर्लक्ष करते.

६) कल्पना आणि संस्कृतीची भूमिका :

मार्क्सचा ऐतिहासिक भौतिकवाद समाज घडवण्यात कल्पना, संस्कृती आणि विचारसरणीची भूमिका कमी करतो. टीकाकारांचे म्हणणे आहे की सांस्कृतिक आणि वैचारिक घटकांचा ऐतिहासिक बदलांवर महत्त्वपूर्ण प्रभाव पडू शकतो; त्यांचा व्यक्तींच्या श्रद्धा, मूल्ये आणि कृतींवर प्रभाव पडतो.

७) शांततापूर्ण बदलाकडे दुर्लक्ष :

मार्क्सने वर्ग संघर्ष आणि क्रांतिकारी बदलावर लक्ष केंद्रित केल्याने विद्यमान प्रणालींमध्ये शांततापूर्ण सुधारणा आणि वाढीव सुधारणांच्या संभाव्यतेकडे दुर्लक्ष होते. समीक्षकांचा असा युक्तिवाद आहे की हा दृष्टीकोन वाटाघाटी, तडजोड आणि हळूहळू सुधारणांद्वारे सामाजिक बदल घडवून आणण्याच्या घटनांकडे दुर्लक्ष करतो.

८) भांडवलशाहीच्या सकारात्मक पैलूंकडे दुर्लक्ष :

समीक्षकांनी असे सुचवले आहे की मार्क्सचा ऐतिहासिक भौतिकवाद भांडवलशाहीच्या नकारात्मक पैलूंवर भर देतो आणि तांत्रिक नवकल्पना, आर्थिक वृद्धी आणि असंख्य लोकांच्या जीवनमानात सुधारणा करण्याच्या भूमिकेकडे दुर्लक्ष करतो.

९) भविष्य कथनाचा अभाव :

मार्क्सच्या ऐतिहासिक भौतिकवादावर त्याच्या मर्यादित भविष्यसूचक शक्तीसाठी टीका केली गेली आहे. काहींचे म्हणणे आहे की समाजकल्याण कार्यक्रमांचा उदय आणि भांडवलशाही समाजात मध्यमवर्गाचा उदय यासारख्या काही ऐतिहासिक घडामोडींचा अंदाज लावण्यात ते अयशस्वी ठरले.

१०) वर्ग संबंधांची जटिलता :

मार्क्सच्या बुर्जुआ आणि सर्वहारा वर्गाच्या दुहेरी वर्गीकरणापेक्षा वर्ग संबंध अधिक गुंतागुंतीचे असू शकतात असे टीकाकारांचे म्हणणे आहे. त्यांचा असा युक्तिवाद आहे की वर्ग संघर्ष प्रतिमानाच्या साधेपणाला आव्हान देणारे मध्यस्थ वर्ग आणि आच्छादित हितसंबंध आहेत.

४.६ क्रांतीविषयक विचार :

मार्क्सपूर्वी राज्यशास्त्रात राज्यविषयक विविध सिद्धांत प्रचलित होते. एंजल्सने लिहिलेल्या 'द ओरिजिन ऑफ फॅमिली, प्राइव्हेट प्रॉपर्टी अॅन्ड द स्टेट' या ग्रंथात मार्क्सचा राज्यविषयक विचार स्पष्ट आढळतो. मार्क्सने राज्याचा विचार वेगळ्या अंगाने केला आहे. राज्याचा सिद्धांत मांडताना त्याने मानवी संबंध आर्थिक स्वरूपाचे असतात असे सांगितले. मानवी इतिहास वर्ग संघर्षाचा इतिहास आहे असे त्याचे मत होते. प्राचीन काळी मानव टोळी समाजात राहत होता. पुढे शेतीचा शोध लागला आणि त्यातून खाजगी मालमत्तेचा उदय झाला. काही लोकांच्या हाती मालमत्ता आली, ते श्रीमंत बनले. त्यातूनच पुढे गुलामगिरीचा उदय झाला. पूर्वीची समाजव्यवस्था नष्ट होऊन शोषणयुक्त समाजरचना निर्माण झाली. नवीन समाजात एका वर्गाकडून दुसऱ्या वर्गाची पिळवणूक सुरू झाली. एका वर्गाची पिळवणूक करण्यासाठी जी राजकीय संघटित शक्ती निर्माण झाली ती शक्ती म्हणजे राज्य होय. मालमत्तेची निर्मिती नफ्यातून होते. नफा हा कामगारांच्या पिळवणुकीतून निर्माण होतो. म्हणून राज्य हे नफा मिळवण्याचे किंवा कामगारांच्या पिळवणुकीचे साधन आहे.

अ) क्रांतिविषयक विचारांचे स्पष्टीकरण :

मार्क्सच्या क्रांतीविषयक विचारांचे स्पष्टीकरण पुढील मुद्यांच्या आधारे देता येईल :

१) लोकशाही राज्याबद्दलचे मत :

लोकशाही राज्यसुद्धा दिशाभूल करणारे असल्याचे मत मार्क्सने व्यक्त केले आहे. त्या समाजात विषमता असते. आणि जेथे विषमता असते तेथे लोकशाही नांदू शकत नाही. लोकप्रतिनिधी श्रीमंताचे हितसंबंध जोपासतात. अशाच लोकप्रतिनिधींनी बनविलेल्या कायद्यांच्या आधारे न्यायालये निर्णय देत असल्याने ते सुद्धा मालमत्ता धारकांना अनुकूल असेच असतात.

२) औद्योगिक क्रांती :

आधुनिक काळात विशेषत: औद्योगिक क्रांतीने मजूर वर्ग संघटित होईल. स्पर्धात्मक बाजारपेठेमुळे भांडवलदारांचे संख्याबळ कमी होईल. अशा स्थितीत कामगारांना अनुकूल असे बदल हवे असतील तर क्रांतीशिवाय त्यांना दुसरा पर्याय नाही असे मार्क्सचे मत होते. वर्ग संघर्षातून क्रांती होईल. या क्रांतीतून कामगार उत्पादन साधनांचा ताबा मिळवतील. त्यामुळे आर्थिक पायावर उभी असलेली भांडवलशाहीची इमारत कोसळेल. त्यामध्ये भांडवलदारांबरोबरच सरकार, कायदे, इत्यादीचाही समावेश आहे. भांडवलशाहीबरोबरच पिळवणुकीची साधने नष्ट केली जातील. थोडक्यात, उत्पादन साधनांचा ताबा आणि पिळवणुकीची साधने नष्ट करणे ही क्रांतीची दोन उद्दिष्टे आहेत.

३) क्रांतीविषयी विचार :

मार्क्सच्या मते, क्रांतीसाठी कामगारांनी बुद्धीकौशल्याचा वापर करावा. क्रांती दोन टप्प्यात झाली पाहिजे. पहिल्या टप्प्यात सरंजामशाहीचे अवशेष नष्ट केले पाहिजेत. त्यासाठी भांडवलदारांचे सहकार्य घ्यावे, क्रांतीच्या दुसऱ्या टप्प्यात क्रांतीकारकांनी भांडवलदारांवर जोराचा आघात केला पाहिजे. त्यांच्यातील जे फुटतील किंवा फितूर

होतील त्यांचा कामगारांनी युक्तीने वापर करावा मात्र अशा फुटीर व्यक्तिंना नंतर दूर करावे. भांडवलशाहीच्या अस्तानंतर काही काळ राज्यसंस्था आवश्यक ठरणार आहे. क्रांतीच्या विरोधकांना नष्ट करण्यासाठी राज्याची आवश्यकता भासेल. मात्र अखेरीस वर्गविहीन समाज निर्माण होईल. त्यावेळी पिळवणुकीचे साधन असलेली राज्य संस्था आपोआप विरून जाईल. राज्य संस्थेची गरजच राहणार नाही.

४) क्रांतीचा शेवटचा टप्पा :

क्रांतीच्या शेवटच्या टप्प्यात म्हणजेच संक्रमण काळात कामगारांची हुकूमशाही प्रस्थापित होईल. या अवस्थेत उत्पादन साधनांचे संपूर्णत: सामाजिकीकरण केले जाईल. सर्व सत्ता कामगारांच्या हाती येईल. वर्गविहिन समाज निर्माण करण्यासाठी कामगारांनी या सत्तेचा उपयोग करावा. वर्गविहीन समाज निर्मितीसाठी कामगारांनी नीती अनीतिचा विचार करण्याचे कारण नाही. सत्ता ही निर्घृणपणे वापरली पाहिजे. अशा प्रकारची कामगारांची हुकूमशाही मार्क्सला खरी लोकशाही वाटते कारण या व्यवस्थेत बहुसंख्यांकाच्या हाती सत्ता असते.

५) अंतिम उद्दिष्ट :

वर्गविहीन व राज्यविहीन समाज रचना हे क्रांतीचे अंतिम उद्दिष्ट मार्क्सने सांगितले आहे. शोषणमुक्त समाजामुळे दंडशक्तिची आवश्यकता भासणार नाही. सैन्य, पोलिस, तुरूंग इत्यादीचा फारसा वापर करावा लागणार नाही. त्यामुळे राज्यसंस्थेचा विजय होईल.

६) मार्क्सच्या राज्यविषयक विचारांचे परीक्षण :

मार्क्सने राज्याचा विचार करताना केवळ त्यांच्या दंडयुक्त कार्याचाच विचार केला आहे. राज्याच्या लोककल्याणकारी स्वरूपाकडे त्याने दुर्लक्ष केले आहे. राज्य नेहमीच दंडशक्तिचा वापर कामगारांच्या विरोधी करीत असते हे म्हणणे वस्तुस्थितीला सोडून असते असे टीकाकारांचे मत आहे. क्रांतीनंतर वर्गविहीन समाज निर्माण होईल असे भाकित मार्क्सने वर्तवले होते. प्रत्यक्षात राज्याच्या ठिकाणी पक्षसदस्यांचा व प्रशासकांचा नवीन वर्ग उदयाला आला. मार्क्सने संक्रमण काळात कामगारांच्या हुकूमशाहीचा पुरस्कार केला परंतु भांडवलदारांच्या शोषणाला विरोध करताना कामगारांमध्ये निर्माण झालेल्या नेतृत्वाकडे आपण सत्ता सोपवित आहोत याकडे मार्क्स दुर्लक्ष करतो. भांडवलशाहीतील सत्ता जितकी हानीकारक आहे त्यापेक्षा साम्यवादी नेत्याची हुकूमशाही अधिक हानीकारक ठरेल. शिवाय कामगारांच्या हुकूमशाहीचा निश्चित काळ मार्क्सने सांगितलेला नाही. थोडक्यात मार्क्सने मांडलेला राज्यविषयक सिद्धांत स्वप्नाळू वाटतो.

ब) क्रांतीविषयक विचारांचे परिक्षण :

मार्क्सने क्रांतिविषयक विचारांची मांडणी करताना कामगार किंवा श्रमिक वर्गाच्या क्रांतीचा पुरस्कार केला आहे. त्याच्या या विचारांचे टीकात्मक परीक्षण पुढील मुद्यांच्या आधारे करता येईल :

१) हिसात्मक मार्गाने प्रोत्साहन :

कार्लमार्क्सने आपल्या विचारांद्वारे हिंसात्मक क्रांतीच्या मार्गाचा पुरस्कार केला आहे. भांडवलशाही नष्ट करण्यासाठी सशस्त्र क्रांतीची आवश्यकता तो प्रतिपादन करतो त्यामुळे त्याचे विचार हिंसात्मक मार्गास प्रोत्साहन देणारे आहेत अशी टीका केली जाते. कारण त्याने विधायक मार्गाने क्रांती घडवून आणण्याच्या सर्व शक्यता नाकारल्या आहेत. त्याने रंगवलेली क्रांतीची कल्पना ही उग्र व विध्वंसक स्वरूपाची वाटते.

२) सहकार्याकडे दुर्लक्ष :

मार्क्सने संघर्ष हाच समाजाच्या विकासाचा महत्त्वाचा आधार मानला आहे. समाजात परिवर्तन घडवून आणावयाचे असेल, तर क्रांतीशिवाय पर्याय नाही अशी जी भूमिका मार्क्स स्विकारतो ती आत्यंतिक स्वरूपाची वाटते. कारण

सहकार्याच्या मार्गानेदेखील समाजाचा विकास घडून येत असतो. रचनात्मक व विधायक मार्गाद्वारे समाजव्यवस्थेत परिवर्तन होऊ शकते याकडे मार्क्सने दुर्लक्ष केले आहे. त्यामुळे त्याचे विचार एकांगी स्वरूपाचे वाटतात.

३) क्रांतीची अप्रस्तुतता :

आधुनिक काळातील भांडवलशाही समाजव्यवस्थांचा विचार करता मार्क्सचे क्रांतीविषयक विचार अप्रस्तुत किंवा अप्रासंगिक स्वरूपाचे वाटतात. कारण आजच्या काळात क्रांतीचा मार्ग स्विकारून समाज परिवर्तन घडवून आणणे अशक्य आहे. कारण त्याचा समाजजीवनावर विपरीत परिणाम होतो. अशा परिस्थितीत मार्क्सच्या हिंसात्मक क्रांतीच्या मार्गाचे महत्त्व कमी होताना दिसते अशी त्याच्या विचारांवर टीका केली जाते.

४) आदर्शवादी विचार :

मार्क्सचे क्रांतीविषयक विचार हे आदर्शवादी किंवा काल्पनिक स्वरूपाचे वाटतात. कारण मार्क्सच्या मतानुसार कामगारवर्ग आपल्या संख्याबळाच्या आधारावर भांडवलशाही नष्ट करून टाकेल. मात्र, भांडवलदार वर्गाचे सामर्थ्य विचारात घेता ही गोष्ट कामगार वर्गास कशी शक्य होईल हा प्रश्न पडतो. तसेच वर्षानुवर्षे टिकून असलेली भांडवलशाही एकाएकी नष्ट होऊन जाईल ही अपेक्षा बाळगणे आदर्शवत वाटते.

४.७ वर्गविहीन व राज्यविहीन समाज :

कार्ल मार्क्सने भांडवलशाही समाज व्यवस्थेत बदल घडवून आणण्यासाठी श्रमिक वर्गाच्या क्रांतीचा पुरस्कार केला आहे. क्रांतीद्वारे श्रमिक वर्ग भांडवलशाही व्यवस्था नष्ट करतील व त्यानंतर कामगार वर्गाची हुकूमशाही प्रस्थापित होईल. यास मार्क्स 'समाजवाद' असे म्हणतो. मात्र, ही स्थिती फार काळ टिकून राहत नाही. कारण समाजाचे वर्गविहिन व राज्यविहिन समाजव्यवस्थेकडे स्थित्यंतर घडून येते. यालाच कार्ल मार्क्सने 'साम्यवाद' असे म्हटले आहे. कार्ल मार्क्सने वर्गविहिन व राज्यविहिन समाजाबाबत जे विचार मांडले आहेत त्याचा आढावा पुढील मुद्यांच्या आधारे घेता येईल :

१) वर्गभेदाची समाप्ती :

मार्क्सच्या मतानुसार, साम्यवादी समाज व्यवस्थेत वर्गविभेद अस्तित्त्वात असणार नाही. भांडवलशाही प्रमाणे कामगार व भांडवलदार यांच्यात समाजाचे विभाजन घडून येणार नाही. श्रमिक वर्गाच्या क्रांतीमुळे भांडवलदार वर्ग नष्ट होईल अशा परिस्थितीत आर्थिक व सामाजिक आधारावर समाजात वर्गांचे अस्तित्त्व राहणार नाही. त्यामुळे मार्क्सप्रणित समाज व्यवस्था ही वर्गविभेदावर आधारित असेल. यालाच मार्क्स वर्गविहिन समाज असे संबोधतो.

२) श्रमाची अनिवार्यता :

मार्क्सप्रणित साम्यवादी समाज व्यवस्थेत सर्व व्यक्तींसाठी श्रम अनिवार्य असेल. त्यामुळे दुसऱ्याच्या श्रमावर जगणारा वर्ग समाजात अस्तित्त्वात राहणार नाही. सर्व व्यक्ती श्रम करत असल्यामुळे श्रमिकांचा एकमेव वर्ग समाजात अस्तित्त्वात असेल. सर्व व्यक्ती परस्परांच्या साहाय्याने श्रम करतील. प्रत्येकाला त्याच्या श्रमाच्या मोबदल्यात योग्य मिळकत प्राप्त होईल. म्हणजेच या समाज व्यवस्थेत सर्व व्यक्ती श्रमिक या नात्याने आपली भूमिका पार पाडत असल्याने वर्गविहीन समाज अस्तित्त्वात येईल.

३) राज्यसंस्थेचा विलय :

मार्क्सने राज्यसंस्थेबद्दलचे विचार मांडताना वर्गविभेद हे राज्यसंस्थेच्या उदयाचे व स्थायित्वाचे मुख्य कारण असल्याचे स्पष्ट केले होते. तसेच राज्यसंस्था ही भांडवलदार वर्गाचे हितसंबंध जोपासण्यासाठी अस्तित्त्वात असते,

असे मार्क्स म्हणतो. त्यामुळे जेव्हा भांडवलशाही नष्ट होते, तेव्हा भांडवलदार वर्ग देखील अस्तित्त्वात रहात नाही. अशा परिस्थितीत भांडवलदारांचे हितसंबंध जोपासणे हा राज्यसंस्थेचा हेतूच नष्ट झाल्याने राज्यसंस्थेची गरज उरत नाही व राज्यसंस्थेचा विलय घडून येतो.

४) नियमनाची अप्रस्तुतता :

मार्क्सच्या मतानुसार, साम्यवादी समाजात वर्ग नसतात. मुक्त उत्पादकाचे संघटन असे या समाजाचे स्वरूप असते. जीवनाच्या सर्व व्यवहारांना सामूहिकता प्राप्त झालेली असते. मुक्त व समान व्यक्तींचा समूह सर्व निर्णय एकत्रितपणे घेतो. या समाजात राजकारणाचे असे विशेष, विलग, औपचारिक क्षेत्रच नसते. दमणयंत्रणा व शासनसंस्था यांची आवश्यकता वर्गाबरोबर लोप पावलेली असते. भांडवलशाहीच्या विनाशानंतर अस्तित्त्वात येणाऱ्या या साम्यवादी समाजात माणसांचे राजकीय नियमन करण्याची गरज उरणार नाही. त्यामुळे राज्यसंस्थेची आवश्यकता नसेल असे मार्क्स म्हणतो.

५) परस्पर सहकार्याचे अस्तित्त्व :

मार्क्सने कल्पिलेल्या वर्गविहिन व राज्यविहिन समाजात परस्पर सहकार्याचे अस्तित्त्व असते. भांडवलशाही प्रमाणे समाजात विसंगती किंवा अंतर्विरोध पसरलेले नसतात. अशा परिस्थितीत कोणीही कोणाचा शत्रू नसतो. त्यामुळे समाजात विविध गट निर्माण होत नाहीत. संपूर्ण समाज हा एका वर्गाच्या स्वरुपात अस्तित्त्वात असतो. आपल्या गरजा पूर्ण करण्यासाठी प्रत्येकास इतरांचे सहकार्य घ्यावे लागते व त्याबदल्यात इतरांना सहकार्य करावे लागते. त्यामुळे समाजात वर्ग व राज्य या घटकांना अर्थच उरत नाही.

६) आदर्श समाज व्यवस्था :

मार्क्सने वर्गविहिन व राज्यविहिन समाजाचा उल्लेख एक आदर्श समाज व्यवस्था म्हणून केला आहे. मार्क्सच्या मतानुसार, पूर्वीच्या सर्व समाज व्यवस्थांपेक्षा साम्यवादी समाज व्यवस्था ही अनेक अर्थांनी आदर्श स्वरुपाची असेल. यात वर्गकलह, राज्यसंस्थेचे दमण, एका वर्गाद्वारे दुसऱ्या वर्गाचे होणारे शोषण, संपत्तीचे केंद्रीकरण यासारख्या घटकांना महत्त्व असणार नाही तर सामाजिक सहजीवनाने परिपूर्ण अशी ही समाज व्यवस्था असेल.

४.८ अतिरिक्त मूल्य सिद्धांत :

कार्ल मार्क्स यांनी भांडवलशाही व्यवस्थेचे विश्लेषण करुन ही व्यवस्था शोषणावर आधारित असल्याचे स्पष्ट केले आहे. मार्क्सचा 'अतिरिक्त मूल्य सिद्धांत' हा कामगारांच्या शोषणाच्या प्रक्रियेचे विश्लेषण करणारा आहे. आपल्या 'दास कॅपिटल' या ग्रंथात मार्क्सने 'अतिरिक्त मूल्याचा' सिद्धांत मांडला आहे. मूल्याच्या श्रम सिद्धांतावर तो आधारित असून कुठल्याही वस्तूचे मूल्य त्यासाठी केलेल्या श्रमावर अवलंबून असते असे हा सिद्धांत स्पष्ट करतो. अर्थशास्त्रीय पद्धतीने मार्क्सने हा सिद्धांत मांडलेला असल्यामुळे त्याचा आढावा घेणे आवश्यक ठरते.

अ) मार्क्सचा अतिरिक्त मूल्य सिद्धांताचे स्पष्टीकरण :

मार्क्सचा अतिरिक्त मूल्य सिद्धांत समजून घेत असताना मार्क्सने प्रत्येक वस्तूचे मूल्य कसे ठरते याबाबत जे विचार मांडले ते अभ्यासावे लागतात. पुढील मुद्यांच्या आधारे मार्क्सचा अतिरिक्त मूल्य सिद्धांत समजून घेता येईल :

१) उपयोगिता मूल्य :

मार्क्सने अतिरिक्त मूल्याचा सिद्धांत मांडताना 'उपयोगिता मूल्य' व 'विनिमय मूल्य' यात फरक केला आहे. उपयोगितेचा अर्थ होतो मनुष्याची इच्छा पूर्ण करणे. ज्या वस्तू मनुष्याची इच्छा पूर्ण करतात त्या त्याच्यासाठी

उपयोगी असतात. तर ज्या वस्तू मनुष्याच्या इच्छा पूर्ण करत नाहीत त्या त्याच्यासाठी निरुपयोगी असतात. त्यामुळे वस्तूचे उपयोगिता मूल्य वेगवेगळे असते. माणसाच्या इच्छा पूर्ण करणे किंवा न करणे यातून ते ठरत असते.

२) **विनिमय मूल्य :**

मूल्याचा दुसरा आधार विनिमय हा असतो. कुठल्याही वस्तूचे विनिमय मूल्य यावर अवलंबून असते की, त्या वस्तूच्या बदल्यात काय प्राप्त होईल? एखादी वस्तू उपयोगाची वस्तू असल्याखेरीज कुठल्याही वस्तूचे विनिमय मूल्य असू शकत नाही. मात्र प्रत्येक उपयोगी वस्तूंचे विनिमय मूल्य असतेच असे नाही. एक वस्तू दिल्यानंतर त्याच्या बदल्यात जर दुसरी वस्तू मिळत असेल, तर त्या वस्तूला विनिमय मूल्य असते असे मार्क्स मानतो.

३) **श्रमाचे महत्त्व :**

प्रत्येक वस्तूच्या उत्पादनात जमीन, श्रम, भांडवल व संघटन हे चार घटक महत्त्वपूर्ण मानले जातात. मात्र यातील श्रम हाच घटक असा आहे की जो वस्तूचे मूल्य निर्धारित करत असतो. कारण जमीन, भांडवल व संघटन या घटकांच्याद्वारे वस्तू निर्माण करण्यासाठी श्रम हा घटक अपरिहार्य ठरतो. त्याशिवाय इतर घटक व्यर्थ ठरत असतात. त्यामुळे कुठल्याही वस्तूचे मूल्य हे त्या वस्तूच्या निर्मितीसाठी जेवढे श्रम लागतात त्यावर आधारित असते. त्यामुळे वस्तूचे मूल्य ठरविताना सुरुवातीपासून शेवटपर्यंत जेवढे श्रम लागतात त्याचे मोजमाप करणे आवश्यक ठरते. तसेच कुठल्याही वस्तूचे विनिमय मूल्य हे त्या वस्तूसाठी लागणाऱ्या श्रमावर आधारित असते. उदा. जर पाच किलो गव्हाच्या बदल्यात दोन मीटर कापड मिळत असेल, तर याचा अर्थ असा होतो की जेवढे श्रम पाच किलो गहू तयार करण्यासाठी लागतात, तेवढेच श्रम दोन मीटर कापड तयार करण्यासाठी लागतात. थोडक्यात, श्रम हा एकमेव घटक आहे की, जो वस्तूचे मूल्य निर्धारित करतो.

४) **अतिरिक्त मूल्य :**

अतिरिक्त मूल्याचा सिद्धांत स्पष्ट करताना मार्क्स म्हणतो की, कामगार आपले श्रम विकून मोबदला प्राप्त करतो. प्रत्येक कामगार हा आपल्यास मिळणाऱ्या मोबदल्यापेक्षा अधिक श्रम करतो तसेच अधिक मूल्य निर्माण करत असतो. म्हणजेच कामगारास मिळणारा मोबदला व त्याने निर्माण केलेले मूल्य यातील फरकास 'अतिरिक्त मूल्य' असे म्हणतात. प्रत्येक कामगारास कमी मोबदला मिळतो व जास्त श्रम करावे लागतात. त्यामुळे अतिरिक्त मूल्य हे कामगाराद्वारे प्राप्त केलेले मूल्य व त्याने तयार केलेले मूल्य यातील तफावत स्पष्ट करते. कामगारास जे वेतन मिळते त्यासाठी वास्तविकपणे त्यास दुप्पट काम करावे लागते. हे अतिरिक्त श्रम अतिरिक्त मूल्य निर्माण करतात.

५) **अतिरिक्त मूल्याद्वारे शोषण :**

मार्क्सच्या मते, कामगाराने निर्माण केलेले अतिरिक्त मूल्य भांडवलदार वर्ग त्यास देत नाही ते आपल्या खिशात घालतो व कामगारांचे शोषण करतो. कामगारास केवळ तेवढाच मोबदला दिला जातो, जेणेकरुन तो काम करण्याइतपत तंदुरुस्त राहील. म्हणजे भांडवलदार वर्ग वस्तू विकून नफा कमवित नाही, तर कामगारास कमी वेतन देऊन भांडवलदार नफा कमवित असतो. म्हणून अतिरिक्त मूल्याचा सिद्धांत हा श्रमिक वर्गाच्या शोषण प्रक्रियेस व्यक्त करतो.

ब) **अतिरिक्त मूल्य सिद्धांतावरील टीका :**

कार्ल मार्क्सने आपली विचारसरणी मांडताना 'कामगार' या एकाच घटकावर अतिरिक्त भर दिलेला आहे असे आढळून येते. भांडवलदार वर्ग अधिकाधिक नफा मिळविण्यासाठी कामगारांचे शोषण करतात. कधी उत्पादन

प्रक्रियेला पूर्णविराम देऊन कामगारांच्या चरितार्थाचा मार्ग बंद करतात तर कधी एखाद्या वस्तूला भविष्यकाळात जास्त किंमत मिळणार आहे म्हणून कृत्रिम टंचाई निर्माण करतात. श्रमाची सौदाशक्ती ही कमी असते. मिळेल त्या मजुरीच्या मोबदल्यात कामगार श्रम विकतो. याचाच फायदा भांडवलदार घेतात व अतिरिक्त मूल्य मिळवितात. कार्ल मार्क्सचा अतिरिक्त मूल्यांचा दृष्टिकोन कामगारांचे हित या एकाच घटकाभोवती केंद्रित झालेला आहे असे दिसते. कार्ल मार्क्सच्या या दृष्टिकोनावर पुढीलप्रमाणे टीका करता येईल :

१) श्रमाला अधिक महत्त्व :

अतिरिक्त मूल्यांचा सिद्धांत मांडताना मार्क्सने उत्पादन प्रक्रियेचा आधार घटक म्हणून 'श्रम' यालाच अधिक महत्त्व दिले. वस्तूच्या उत्पादनासाठी श्रमाची गरज असतेच पण फक्त श्रम याच एका घटकाच्या साहाय्याने उत्पादन होत नाही. उत्पादन प्रक्रिया ही कच्चा माल, यंत्रसामग्रीचा वापर, उद्योजकाचे कौशल्य आणि व्यवस्थापन यांचा परिपाक आहे. म्हणून फक्त श्रमाच्या आधारे वस्तूचे मूल्य ठरविता येणे अवघड आहे. कार्ल मार्क्सने अतिरिक्त मूल्याचा सिद्धांत तयार करताना उत्पादन प्रक्रियेत जे इतर घटक कार्यरत असतात त्यांचा विचार केला नाही.

२) भांडवली खर्चाकडे दुर्लक्ष :

वस्तूच्या किमतीमधून मजुराला दिली जाणारी मजुरी वजा केल्यास 'अतिरिक्त मूल्य' मिळते असे मार्क्सचे म्हणणे आहे. मजुरीबरोबरच उत्पादन प्रक्रियेत यंत्रसामग्री, कच्चा माल, तेल, वीज, वाहतूक या घटकांवर देखील खर्च होत असतो. प्रत्यक्ष व्यवहारात उत्पादक वस्तूच्या किमतीचे निर्धारण करत असतो, तेव्हा तो या सर्व घटकांवर किती खर्च केला गेला याचा विचार करतो. यावरून तो सरासरी खर्च काढतो व वस्तू बाजारात पाठविताना अगोदर वस्तूची बाजार किंमत ठरवतो. श्रमाबरोबरच या सर्व घटकांच्या किमतीचा विचार केल्यास प्रत्यक्षात त्याला मिळणारी किंमत ही कमी असते, त्यामुळे अतिरिक्त मूल्य मिळत नाहीच याउलट मिळणारा नफा कमी असतो.

३) सिद्धांतात विसंगती :

'दास कॅपिटल' या ग्रंथाच्या पहिल्याच प्रकरणात मार्क्सने अतिरिक्त मूल्याचा सिद्धांत मांडला. त्याच्या मते, 'वस्तूचे मूल्य हे श्रमावर ठरते.' पण याच ग्रंथाच्या तिसऱ्या भागात 'वस्तूचे मूल्य हे उत्पादन खर्चानुसार निश्चित होते' असे म्हटले आहे, ही पहिली विसंगती. तसेच मजुरांची संख्या वाढली की, अतिरिक्त मूल्य वाढते, असे मार्क्सचे म्हणणे आहे. यापुढे जाऊन तो असेही नमूद करतो की यंत्रांचा जास्तीतजास्त वापर करून कमीतकमी श्रम वापरून अधिकाधिक उत्पादन केले जाते व अतिरिक्त मूल्य निर्माण होते. यावरून अतिरिक्त मूल्य हे यंत्रामुळे वाढते की श्रमामुळे वाढते याचे अचूक विश्लेषण करता येत नाही.

४) 'मूल्य' या शब्दावर जोर :

या सिद्धांतात मार्क्सने 'मूल्य' या शब्दाचा वापर आर्थिक दृष्टिकोनातून केला की राजकीय दृष्टिकोनातून केला? याचा उलगडा होत नाही. वास्तविक दृष्टिकोनातून पाहिले तर मूल्य आणि किंमत यांचा अर्थ वेगवेगळा होतो. एखाद्या उद्योगात कामगारांची संख्या वाढली तर उत्पादन अधिक होते व नफ्याच्या प्रमाणात वाढ होते. मजुरांचे कौशल्य, त्यांची पात्रता, संघटन व व्यवस्थापन यांचा विचार न करता फक्त 'मूल्य' हा शब्द 'अतिरिक्त मूल्य' म्हणून वापरला. म्हणजेच मूल्याचा नेमका अर्थ मार्क्सने विचारात न घेता सर्वसाधारणपणे अतिरिक्त मूल्य असाच घेतला. त्यामुळे मार्क्सने या सिद्धांतात 'मूल्य' शब्दावर अतिरिक्त भर दिलेला आहे असे आढळून येते.

५) आर्थिक विचारांपेक्षा राजकीय विचारांवर भर :

अतिरिक्त मूल्य सिद्धांतात कार्ल मार्क्सने आर्थिक विचारांपेक्षा राजकीय विचारांवर भर दिल्याचे आढळून येते. त्याने मागणी व पुरवठा यांचे सूत्र विचारात घेतले नसून फक्त श्रम आणि उपयोगिता यांचाच विचार अधिक केल्याचे दिसून येते. जर मागणीप्रमाणे पुरवठा होत असेल, तर वस्तूची किंमत स्थिर रहाण्यास मदत होते; परंतु पुरवठा कमी आणि मागणी जास्त असे स्वरूप असेल तर किमतीमध्ये वाढ होते व पुरवठा वाढला तर किमतीमध्ये घट होते, ही अर्थशास्त्रीय मागणी व पुरवठ्याची सैद्धान्तिक पार्श्वभूमी मार्क्सने विचारात घेतली नाही. त्याने जास्त भर राजकीय दृष्टिकोनावर दिला असल्याचे आढळून येते.

असे असले तरी, कार्ल मार्क्सचा अतिरिक्त मूल्य सिद्धांत हा आर्थिक क्षेत्रात आमूलाग्र बदल घडविणारा ठरला, या दृष्टिकोनातून या सिद्धांताला राजकीय महत्त्व आहे. मार्क्सच्या विश्लेषणामुळे कामगार वर्गात जागृती झाली व त्यांचे संघटन होऊन राजकीय क्षेत्रात बदल घडून आला. याच सिद्धांताच्या आधारामुळे रशियात राजकीय व सामाजिक परिवर्तन घडले.

सरावासाठी प्रश्न

प्र. १. दीर्घोत्तरी प्रश्न.

१) मार्क्सचे जीवन आणि कार्य स्पष्ट करा.

२) मार्क्सचा द्वंद्वात्मक भौतिकवाद सिद्धांत स्पष्ट करा.

३) मार्क्सच्या ऐतिहासिक भौतिकवादाचा आढावा घ्या.

४) मार्क्सचे राज्यविषयक विचार सटीक स्पष्ट करा.

५) मार्क्सच्या क्रांतीविषयक विचारांचा आढावा घ्या.

६) मार्क्सचा अतिरिक्त मूल्य सिद्धांत विशद करा.

७) मार्क्सचा वर्ग संघर्ष सिद्धांत सविस्तरपणे स्पष्ट करा.

८) वर्गविहीन समाज व राज्यविहीन समाज याबाबत मार्क्सने मांडलेले विचार सांगा.

प्र. २. टिपा लिहा.

१) मार्क्सप्रणित वर्ग संकल्पना.

२) मार्क्सप्रणित समाज विकासाच्या अवस्था.

३) मार्क्सच्या वर्गसंघर्ष सिद्धांताची वैशिष्ट्ये.

४) मार्क्सचा अतिरिक्त मूल्य सिद्धांत.

५) मार्क्सच्या विचारांचे महत्त्व.

६) मार्क्सच्या विचारांतील उणिवा.

NOTES

www.ingramcontent.com/pod-product-compliance
Lightning Source LLC
LaVergne TN
LVHW082047051026
849532LV00011B/3505